இவான்

விளாடிமிர் பகமோலவ்
தமிழில்: நா. முகம்மது செரிபு

நற்றிணை பதிப்பகம்

விளாடிமிர் பகமோலவ் * இவான் * குறுநாவல் * தமிழில் : நா. முகமது செரிபு * முதல் பதிப்பு: ஜூலை 2024 * வெளியீடு: நற்றிணை பதிப்பகம் (பி) லிமிடெட் * எண். 136, தரைத்தளம், சோழன் தெரு, ஆழ்வார்திருநகர், சென்னை – 600 087.

* மின்னஞ்சல்   : natrinaipathippagam@gmail.com
* கைபேசி       : 94861 77208
* தொலைபேசி : 044 – 4273 2141
* அச்சாக்கம்   : துர்கா பிரிண்டர்ஸ், சென்னை – 600 005.

## குழந்தைகளும் போரும்

எத்தனையோ ஆண்டுகளாகப் போரைப் பற்றி அறியாத பொதுமக்கள் இருந்திருக்கிறார்கள். விமானங்களிலிருந்து அவர்களுடைய நகரங்கள் மீது குண்டு போடப்படவில்லை, பீரங்கி வண்டிகளின் சக்கரங்களின் சங்கிலிக் கோவைகளால் அவர்களது பயிர்கள் மிதித்தழிக்கப்படவில்லை. அவர்களது உறவினர்களின் மரணச் செய்தி அறிவிப்புக்களை ஏந்தி வந்து மௌனமாக தபால் காரர்கள் அவர்களது கதவுகளைத் தட்டிக் கொண்டிருக்கவில்லை. போரைப் பற்றி புத்தகங்களிலிருந்தும், திரைப்படங்களிலிருந்தும், கிழவர்கள் கூறிய கதைகளிலிருந்தும் மட்டுமே அந்த மக்கள் அறிந்திருந்தார்கள்.

போரைப் பற்றி அறியாத மக்களை இந்நூல் திகைக்க வைக்கும். தனது வீட்டுப் பாடங்களைச் செய்வதும், தனது நண்பர்களுடன் விளையாடுவதுமாக இருந்த பள்ளி சென்ற சாதாரணப் பையன், போரின் கடுஞ்சோதனைக்கு ஆளாகி ஒரு போர் வீரனைப் போல மடிகிறான் – இதை அவர்கள் உண்மையானது இல்லை என்றே கருதுவார்கள். ஆனால் இந்நூலின் முக்கிய கதாபாத்திரம் பற்றி – இவான் என்ற ருஷ்யப் பெயர் கொண்ட ருஷ்யப் பையனைப் பற்றி – நாம் அறியக்கூடிய எல்லாமே உண்மைதான்.

இன்னும் அதிகமாகச் சொல்லப்போனால், இக்கதையானது மிகப் பெரிய பேரிடர் பயக்கத்தக்க ஓர் உண்மையின் ஒரு பகுதி, அசாதாரணமான வீர வரலாற்றின் ஒரு பக்கம், போரில் குழந்தைகள் என இது அழைக்கப்படுகிறது.

போர் என்பது மனிதனுடைய வேலை, வளர்ந்தவர்களின் வேலை என்பதை ஒவ்வொருவருமே அறிவர். ஒருவேளை நீண்ட காலத்திற்கு முன்பு இப்படித்தான் இருந்திருக்க வேண்டும்.

 நற்றிணை பதிப்பகம் ○ 3

ஆனால் தற்காலத்திய போர்கள் – அடிமைப்படுத்தும் ஏகாதி பத்தியப் போர்கள் – இரக்கமற்றவை. இந்தப் போர்கள்–குழந்தைகள், பெண்கள், முதியவர்கள்–இப்படி யாரையும் விட்டுவைப்பதில்லை. இத்தகைய போர்களில் ஆக்கிரமிப்பாளர்கள் வெறும் போர் வீரர்களாக இல்லாது, கொலைகாரர்களாக இருக்கிறார்கள். இம்மாதிரியாகத்தான் சோவியத் யூனியன் மீதான பாசிச ஜெர்மனியின் போர் மிகவும் கொடுமையானதாக இருந்தது. மனிதகுல வரலாற்றிலேயே மிக அவலமானதாக இருந்தது.

ஜூன் 21, பின்னேர இரவிலே சோவியத் எல்லைப்புற நிலையமாகிய பிரேஸ்டிலிருந்து ஒரு ரயில் ஜெர்மனிக்குச் சென்றது. வண்டிகளில் குறுகிய அன்புச் சொல்லாகிய 'தானியம்' என்று சீமைச் சுண்ணாம்புக் கட்டியால் எழுதப்பட்டிருந்தது. மேற்கு நாடுகளுக்கு நாங்கள் தானியத்தை அனுப்பிக் கொண்டிருந்தோம், நாங்கள் சமாதானத்தை வேண்டுகிறோம்.

இரயில் சென்ற எதிர்த்திசையிலிருந்து இரண்டு மணி நேரத்திலே, 22 ஜூன் 1941ஆம் நாள் காலை விடியலின் போது எஃகு மற்றும் நெருப்பு வெள்ளத்தை சோவியத் யூனியன் உணர்ந்தது. பாசிஸ்டுகளின் இரும்புக்கும்பல் தங்கள் வழிநெடுகிலும் எல்லாவற்றையும் அழித்துக்கொண்டு எல்லையைத் தாண்டியது. வீடுகள் நொறுங்கி வீழ்ந்தன, பயிர்கள் பற்றி எரிந்தன. வழி நெடுகிலும் போர் வீரர்களோடு குழந்தைகளும் கொல்லப்பட்டார்கள்.

குழந்தைகளைக் காப்பாற்ற வேண்டி, அவர்களை மிகவும் பின் கோடிக்கு அனுப்புவதிலும், ராணுவ நடவடிக்கைகளே இல்லாத பாதுகாப்பான தொலைதூரத்து இடங்களுக்கு அனுப்புவதிலும், எங்கள் மக்கள் அளப்பரிய முயற்சிகளை மேற்கொண்டிருந்தார்கள். முதலாவதாக குழந்தைகள் அனுப்பப்பட்டார்கள், அவர்களுக்கு வாகனங்களும் விமானங்களும் கொடுக்கப்பட்டன.

ஆனால் பெரியவர்களால் எல்லாக் குழந்தைகளையும் காப்பாற்ற முடியவில்லை.

பிரேஸ்டிலிருந்து வெகு தொலைவில்லாத காடு ஒன்றில் தனிமையான கல்லறை ஒன்றை நான் நினைவுகூர்கிறேன். ஆணியறையப்பட்ட அகன்ற கழியில் இவ்வாறு செதுக்கப்பட்டிருந்தது: "தானியா இங்கே இருக்கிறாள்." யார் அந்தத் தானியா? பாசிஸ்டுகளிடம் அவள் எங்ஙனம் பலியானாள்? இந்த நூலின் முக்கியப் பாத்திரமான இவானைப் போல அவள் ஓர் இளம் சண்டைக்

காரியா? அவள் இங்கே வசித்துக் கொண்டிருக்கிறாள், சொந்த நாட்டிலே நடந்து செல்கிறாள், சூரியனின் அழகை ரசிக்கிறாள் என்பதைத் தவிர்த்து, எந்த விஷேடமான காரணமுமின்றி பாசிஸ்டுகள் அவளைக் கொன்றார்களா?

அநேக சோவியத் குழந்தைகள் எதிரியின் பின்னுக்குத் தாங்க ளாகவே சென்று, பெரியவர்களோடு இணையாகப் போரிடத் தொடங்கினார்கள்.

ஏற்கெனவே சமாதானக் காலங்களில் அவர்கள் தங்களைத் தகுதி மிக்கவர்களாக்கிக் கொண்டிருந்தனர். கூடாரச் சுமைகளைத் தோளில் தாங்கி கிலோமீட்டர்கள் நடப்பது எவ்வளவு சிரமமானது என்பதை அவர்கள் தெரிந்திருந்தார்கள். முகாம் நெருப்புக்கு அருகே ஓர் இரவைக் கழித்தல் எப்படிப்பட்டது என்பதை அவர்கள் அறிவார்கள். திண்ணிய வலிமையோடு இருக்கவும், துல்லியமாகச் சுடவும், காயங்களுக்கு மருந்து கட்டவும் கற்றுக்கொண்டிருந் தார்கள்.

இளம் சோவியத் அரசிற்காகப் போரிட்டதை நினைவில் கொண்டிருந்த பெரியவர்களால் அவர்கள் பயிற்றுவிக்கப்பட்டார் கள். அவர்கள் பள்ளிகளிலும் கற்பிக்கப்பட்டார்கள். அவர்கள் புத்தகங்களாலும் கற்பிக்கப்பட்டார்கள்.

சோவியத் குழந்தைகளின் விருப்பமான எழுத்தாளரான அர்காதி கய்தார் கீழ்வரும் சொற்களால் போரைச் சந்தித்தார்: "நான் சாவை இழிவாகக் கருதுகிறேன். எனக்கு ஒரு துப்பாக்கி கொடுங்கள். குண்டுகளாலும், துப்பாக்கி முனை ஈட்டியாலும் எனது நாட்டைக் காக்க நான் செல்வேன்."

அது எங்கள் குழந்தைகளுக்கு ஒரு நல்ல பாடமாக அமைந்தது.

போரில் குழந்தைகள், மிகக் கடினமான நேரங்களில் சோவியத் மக்கள் குழந்தைகளுடைய சிரமங்களைக் குறைப்பதற்கு முயன்றா லும் கூட, பெரியவர்களுக்கு அவர்கள் சுமையாக இருந்ததில்லை. சோவியத் குழந்தைகளிலே தீவிரமான அச்சமற்ற வீரர்கள் அநேகம் பேர் இருந்தனர்.

கடைசியாக விமானத்திலிருந்து குண்டுமாரிப் பொழிந்ததி லிருந்து அநேக ஆண்டுகள் கடந்து விட்டன, ஆனால் வலோத்யா துபீனின், கூலியா கரலியோவா, ஸோயா போன்ற இளம் கஸ்ம தெமியான்ஸ்கயா போர் வீரர்களையும் மற்றும் பலரது பெயர் களையும் மக்கள் நினைவில் கொண்டிருப்பர்.

ஸோயா கஸ்மதெமியான்ஸ்கயா முதலாவது நிற்கிறாள். அவளுக்கு வயது பதினெட்டு. வேவுப் பணியில் மேற்சென்ற அவள் பாசிஸ்டுகளால் பிடிபட்டாள். மென்மையான தோற்றமும், அதிகம் பேசாத தன்மையும் கொண்ட ஒரு பெண் தனது மனத்திட்பத்தாலும் உறுதியாலும் பாசிஸ்டுகளை வியப்பில் ஆழ்த்தினாள். விசாரணையில் சித்திரவதை செய்யப்பட்ட போதும் அவள் அமைதியாகவே இருந்தாள். தனது தோழர்களை அவள் காட்டிக்கொடுக்கவில்லை. அதன் பிறகு, ஆடைகளின்றி வெறுங்காலோடு, பனிக் கொட்டும் குளிர் காலத்தில் கொலை செய்வதற்காக அவளை அழைத்துச் சென்றபோது, தனக்குக் கருணை காட்டுமாறு அவள் இரங்கவில்லை. மாறாக மனமாரத் துணிந்து சாவை ஏற்றுக்கொண்டாள். அவளது பெயர் ஒரு மரபுவழிக் கதையாகி விட்டது. அது எங்கள் இளைஞர்களுக்கு வீரத்தை விளைவித்திருக்கிறது, எதிரிகளிடையே கலக்கத்தை ஏற்படுத்தி இருக்கிறது. போருக்கு முன்னதாக ஆறாம் வகுப்பில் இருந்த ஒரு மாணவன் வலோத்யா துபீனின், கேர்ச் நகரத்தில் எதிரிகளுக்குத் தெரியாமல், வெட்டிக் குடையப்பட்ட நிலக்குடைவில் மறைந்து செயல்பட்ட கொரில்லாப் பிரிவில் ஒரு சாரணச் சிறுவனாக மாறினான். அச்சமற்றவனாகவும், பிடிகொடுக்காதவனாகவும் இருந்த அவன், எந்தப் பெரிய ஆட்களும் நுழைய முடியாத துவாரங்களில் நுழைந்து வந்தான். கொரில்லாப் பிரிவுக்கு அவன் மிகுந்த பயனுள்ளவனாக இருந்தான். அவனும் இறந்து போனான் – ஒரு வீரனுக்குரிய மரியாதையான சாவு.

போரில் குழந்தைகள் எல்லாருமே தங்கள் தோள்களில் ஆயுதங்களைத் தாங்கிப் போரிட்டுக் கொண்டிருக்கவில்லை. அவர்களில் அநேகர் பெருமளவிற்குப் பெரியவர்களுக்கு உதவிக் கொண்டிருந்தனர்.

குழந்தைகளால் ஒழுங்கு செய்யப்பட்ட, லெனின்கிராடிலுள்ள ஒரு சிறிய அருங்காட்சியகத்தை நான் நினைவுகூர்கிறேன். அங்கே பள்ளி மதிப்பெண் பட்டியல் ஒன்றை நான் பார்த்தேன். மிக அருமையானதும், மிக உயர்ந்ததுமான மதிப்பெண்களே அதில் இடம் பெற்றிருந்தன. இப்போதும் அதேபோன்ற நூறு ஆயிரக் கணக்கான மதிப்பெண் பட்டியல்கள் இருக்கின்றன. அவைகளை அருங்காட்சியகத்திலே நாம் வைக்கப்போவதில்லை. ஆனால் அந்த மதிப்பெண் பட்டியல், 1941–42ஆம் ஆண்டு குளிர்காலத்தின் போது லெனின்கிராடில் வசித்துக் கொண்டு, படித்துக் கொண்டிருந்த ஓர் இளம் பெண்ணுக்குரியது. அந்நகரம் பற்றி

எரிந்து கொண்டிருந்தது, பஞ்சத்தாலும் குளிராலும் அந்நகரம் செத்து அழிந்து கொண்டிருந்தது. குண்டுமாரியின் கீழே அந்நகரம் தொடர்ச்சியாக வசித்துக் கொண்டிருந்தது, நகரம் சுற்றி வளைக்கப் பட்டிருந்தது. மேலும் இந்தப் போர்முனை நிலவரத்தில்தான் அப்பெண் தனது வழமையான பணியை – படிப்பை மேற்கொண் டிருந்தாள். மிக உயர்ந்த மதிப்பெண்களை அவள் பெற்றுக்கொண் டிருந்தாள். இதில்தான் அவளது துணிவும் உளவலிமையும் இருந்தது. இப்படித்தான் அவள் பகைவர்களை எதிர்த்தாள். இப்படித்தான் அவள் போரிட்டுக் கொண்டிருந்தாள்.

போரில் குழந்தைகளைப் பற்றி உங்களுக்கு நான் தொடர்ந்து சொல்லிக் கொண்டிருப்பேன். ஆனால், இப்பொழுது நீங்கள் படிக்கப் போகிற கதையானது, ஒளிவு மறைவின்றி நம்பிக்கையோடும் கண்டிப்போடும், நமது காலம்வரை வாழாமற்போன உங்கள் வயதை ஒத்த ஒரு பையனின் வீரச்செயல்களை எடுத்துக் கூறும் என்று நான் நினைக்கிறேன். பாசிஸத்தை எதிர்த்து நடந்த போரில் அவன் அழிந்து போனான். அதன் காரணமாகத்தான் உங்களிடத் திலும் குழந்தைகளிடத்திலும் வந்து சேராமல் இடைவழியிலேயே பாசிஸம் தனது சொந்த ரத்தத்தாலேயே மூச்சடைத்துப் போயிற்று.

ஆகவே, இளம் வாசகர்களே, அறிவுக்கூர்மையுடையதும் கடின மானதுமான நூலை உங்களிடம் விட்டுவிட்டு நான் விலகிக் கொள்கிறேன். கவனமாகப் படியுங்கள். ருஷ்யச் சிறுவனாகிய இவானின் துணிவு, பேராண்மை, முக்கியமாக உங்கள் நாட்டை நேசித்தல் ஆகிய பண்புகளைக் கற்றுக்கொள்ளுங்கள்.

– யூரி யாகவ்லெவ்

# 1

இரவு எட்டு மணிக்குச் சற்று நேரங்கழித்துத் திரும்பி, அந்த இரவில் போர்க் காவற்படையைச் சரிபார்க்கவும், காலை நான்கு மணிக்கு என்னை உசுப்பிவிட உத்தரவிடவும் எண்ணினேன்.

ஆயினும், முன்னதாகவே எழுப்பி விடப்பட்டேன். இரவில் ஒளி வீசுகின்ற கடிகார முள் ஒரு மணி ஆக ஐந்து நிமிடமிருப்பதைக் காட்டியது.

"தோழர் சீனியர் லெப்டினன்ட்... தோழர் சீனியர் லெப்டி னன்ட்..." என் தோளைப் பிடித்து யாரோ வலுவாக ஆட்டிக் கொண்டிருந்தார்கள். மேசையில் இருந்த விளக்கின் மங்கல் ஒளியின் அரைகுறை வெளிச்சத்தில் புறக்காவற்படை பிளாட்டூன்* லான்ஸ் கார்ப்போரல் வசீலியெவைப் பார்த்தேன். "பின்தங்கிப் போய்விட்ட ஓர் ஆளை இங்கு கொண்டு வந்திருக்கிறேன்... உங் களிடம் இவனைக் கொண்டு போகும்படி ஜூனியர் லெப்டினன்ட் என்னிடம் கூறினார்..."

"விளக்கை ஏற்றி விடுங்கள்!" என்று உத்தரவிட்டேன்; நானே உறுதிப்படுத்திக் கொண்டேன். என்னைப் பற்றிக் கவலைப்படாமல் நிச்சயமாக இதை அவர்களே சமாளித்திருக்க முடியும்.

வசீலியெவ் திரியை உயரே ஏற்றினான். பிறகு என் பக்கம் முகத்தைத் திருப்பி அறிவித்தான்:

"கரையோரத்து நீரில் இவன் ஊர்ந்து கொண்டிருந்தான். எந்த விளக்கமும் கொடுக்க மறுத்து விட்டான். மேலும் தலைமை யிடத்திற்கு அழைத்துப் போகும்படியும் கோரினான். எந்தக் கேள்விக்கும் இவன் பதில் பேச மாட்டான். தலைமை அதிகாரி யிடம் மட்டுமே நான் பேசுவேன் என்று கூறுகிறான். களைத்துப் போய்க் காணப்படுகிறான். ஆனால் இவன் ஏமாற்றுகிறவனாகத்தான்

---

* பிளாட்டூன் 4 முதல் 35 வீரர்களைக் கொண்ட படைப்பிரிவு.

இருக்க முடியும். ஜூனியர் லெப்டினன்ட் இவனை இங்கே அழைத்துப் போகும்படி எனக்குக் கட்டளையிட்டார்."

தட்டிப் படுக்கையில் எனது கால்களை ஆட்டியபடி எனது கண்ணைத் தேய்த்துக் கொண்டு உட்கார்ந்திருந்தேன். உறுதி மிக்க வலிமை பெற்ற வசீலியெவ் எனக்கு முன்பாக நின்றான். அவனது மேற்சட்டையோடு இணைந்த தோள் அணியாடையிலிருந்து நீர் மெதுவாகச் சொட்டியபடி இருந்தது.

பிரகாசமான ஒளி அகன்ற நிலவறையில் வெளிச்சத்தை ஏற்படுத்தியிருந்தது. கதவருகே நீலநிற உடையுடன் குளிரில் நடுங்கிய படி நின்ற பதினோரு வயது மதிக்கத்தக்க மெலிவான ஒரு பையனைப் பார்த்தேன். ஈரமாகிப் போன அவனது சட்டையும், கால்சட்டையும் அவனது உடலோடு இறுகப் பற்றிக் கொண் டிருந்தன. அவனது வெறுங்காலில் கணுக்கால்வரை சேறு ஒட்டி யிருந்தது. அவனைப் பார்த்தது என்னை நடுங்க வைத்தது.

"போய் அந்த அடுப்பருகே நில்!" என்று அவனுக்குக் கட்டளை யிட்டேன்,

"நீ யார்?"

அவன் முன்னுக்கு வந்து தனது அகன்று விரிந்த கண்களால் என்னை விழிப்போடு உற்றுப் பார்த்தான். அவனது கன்ன எலும் புகள் குறிப்பிடும்படியாக இருந்தன. அவனது முகம் அழுக்கேறிப் போய் தோலையே சாப்பிட்டு விட்டது போல இருண்ட சாம்பல் நிறமாகக் காணப்பட்டது. அவனது நனைந்து போன துல்லியமான நிறமற்ற மயிரின் முனைகள் தொங்கிக் கிடந்தன. இறுக்கமாக மூடிக்கொண்ட துயரார்ந்த உதடுகளுடன் நலிந்து மெலிவுற்ற அவனது முகத்திலே வலிந்து தோற்றுவிக்கப்பட்ட சந்தேகமும் எதிர்ப்புணர்ச்சியும் காணப்பட்டன.

"யார் நீ?" என்று நான் திரும்பவும் கேட்டேன்.

தனது கண்ணால் வசீலியெவைப் பார்த்தபடி நறநறவெனக் கடித்துக் கொண்டிருந்த பற்களால் "இவரை வெளியே போகச் சொல்லுங்கள்" என்று அவன் தளர்ந்த குரலில் பேசினான்.

"இன்னும் கொஞ்சம் கட்டைகளைப் போட்டுவிட்டு வெளியே காத்திருங்கள்!" என்று வசீலியெவுக்குக் கட்டளையிட்டேன்.

வெதுவெதுப்பான நிலவறைக்குள் நீண்ட நேரம் தான் இருக்கும் பொருட்டு அவன் அடுப்பை மெதுவாகக் கிண்டிக் கிளறிவிட்டுக் குட்டையான விறகுக் கட்டைகளைப் போட்டு நிரப்பினான், பிறகு அமைதியாக வெளியேறிச் சென்றான். இதற்கிடையில், நான் எனது காலணிகளைப் போட்டுக் கொண்டு எதிரே நின்ற பையனைப் பார்த்துக் கொண்டிருந்தேன்.

"நல்லது, ஏன் பேச மாட்டேன் என்கிறாய்? எங்கிருந்து நீ வந்தாய்?"

"நான் போன்தரெவ்," என்றான் அமைதியாக.

அந்தப் பெயர் எனக்கு ஏதோ ஒன்றை அர்த்தப்படுத்துவது போல அக்குரலின் தொனி இருந்தது. "பணித் தலைமையிடம் எண் ஐம்பத்தி ஒன்றுக்கு, நான் இங்கிருக்கிறேன் என்று உடனடியாக அறிவியுங்கள்.'

"அப்படியா!" என்னால் சிரிப்பை அடக்க முடியவில்லை. "அதன் பிறகு என்ன?"

"அது அவர்களுடைய வேலை. என்ன செய்வதென்று அவர்களுக்குத் தெரியும்."

"அவர்கள் யார்? எந்தத் தலைமைப் பிரிவிற்கு நான் அறிவிக்க வேண்டும்? ஐம்பத்தி ஒன்று யார்?"

"இராணுவத் தலைமையிடத்திற்கு"

"யாரது அந்த ஐம்பத்தி ஒன்று?"

அவன் பதில் பேசவில்லை.

"எந்தப் படைப்பிரிவைச் சேர்ந்த ஆள் உனக்குத் தேவை?"

"படைத்துறைக் களம் நாற்பத்தி ஒன்பது ஐந்நூற்றி ஐம்பது..."

எங்களது படைத்துறைப் பிரிவின் கள எண்ணைப் பிழையில்லாதபடி அவன் கூறினான்.

அதற்கு மேலும் நான் சிரித்துக் கொண்டிராமல் என்ன இதெல்லாம் என்று வியப்பில் ஆழ்ந்தபடி அவனை உற்றுப் பார்த்தேன்.

அழுக்குச் சட்டை அவனது இடுப்புவரை நீண்டு கிடந்தது. உயரம் குறைவான குறுகிய பழைய காற்சட்டை கரடுமுரடான

துணியில் நாட்டுப்புற பாணியில் இருந்தது. நான் அறிந்திருந்த அளவில் அது வீட்டில் தறி போடப்பட்டது போல இருந்தது. ஆயினும், ஒரு மாஸ்கோவாசியைப் போலவோ, பெலருஷ்யனைப் போலவோ அவன் குறிப்பிடத்தக்க அழுத்தங்கொடுத்து சரியாகப் பேசினான். அவனது பேச்சிலிருந்து அவன் நகரத்தில் வளர்ந்தவனாக இருக்க வேண்டும் எனத் தீர்மானித்தேன்.

மூக்கை உறிஞ்சிக் கொண்டும், நடுங்கிக் கொண்டும் சுண்டிய முகத்தோடு என்னை உற்றுப் பார்த்தபடி எனக்கு முன்னால் அவன் நின்றான்.

"உனது ஆடைகளைக் கழற்றிவிட்டு, நன்கு துடைத்துக் கொள். சீக்கிரம்!" என்று உத்தரவிட்டு எப்போதோ வெளுக்கப்பட்ட ஒரு துவாலையை அவனிடம் நீட்டினேன்.

கருப்பாகவும், அழுக்காகவும் இருந்த மெலிந்த உடலின் விலா எலும்புகளைக் காட்டிக் கொண்டிருந்த உடலைத் தெரியக் காட்டியபடி அவன் தனது சட்டையைக் கழற்றினான். அந்தத் துவாலையை அவன் ஐயுறவோடு உற்றுப் பார்த்தான்.

"பரவாயில்லை. இதைப் பயன்படுத்திக் கொள்! இது அழுக்காகத்தான் இருக்கிறது.'

தனது மார்பு, முதுகு, கைகளை அவன் துடைக்கத் தொடங்கினான்.

"உனது காற்சட்டையையும் கழற்று!" என்று நான் உத்தரவிட்டேன்.

"நீ என்ன, வெட்கப்பட்டாயா?"

ஈரம் நிரம்பிய ஆடையின் ஓர முடிச்சுகளுடன் மேற்கொண்ட ஓர் அமைதியான போராட்டத்திற்குப் பிறகு, ஓர் இடைவார் போலப் பயன்பட்ட நாடாவைப் பிரித்து தனது காற்சட்டையைக் கழற்றி எறிந்தான். ஒடுங்கிய தோளும், மெலிந்த கால்களும், கைகளும் கொண்ட அவன் இன்னமும் முற்றிலும் ஒரு சிறுபிள்ளையாகவே இருந்தான். அதிகமாகப் போனால் அவன் பத்து அல்லது பதினோரு வயதிற்கு மேல் தோன்றவில்லை. குழந்தைத்தனமில்லாத கூர்நோக்குடன் கூடிய அவனது துயரார்ந்த முகத்தையும், சுருக்கம் விழுந்த நெற்றியையும் பார்த்த எவரும் அவனைப் பதின்மூன்று வயதிற்குக் குறைத்து மதிப்பிட முடியாது. அவன் தனது சட்டை

யையும் காற்சட்டையையும் கையிலெடுத்து கதவுக்குப் பக்கத்தில் ஒரு மூலையில் வீசி எறிந்தான்.

“யார் அவற்றை உலர்த்தப் போகிறார்கள்—மாமா?” நான் கேட்டேன்.

“எனக்குத் தேவையானதை அவர்கள் கொண்டு வருவார்கள்.”

“அப்படியா?” நான் சந்தேகத்தோடு கூறினேன்.

“பிறகு எங்கே உன் துணிகள்?”

அவன் பதில் பேசவில்லை. அவனது அடையாளத் தாள்களைப் பற்றி நான் கேட்பதாக இருந்தேன். அதையெல்லாம் வைத்துக் கொள்வதற்கியலாத அளவுக்கு அவன் சிறியவன் என எனக்குத் திடீரெனத் தோன்றியது.

போர் அணிப் பிரிவின் உதவிப் படைத் துறைக் களத்தில் இருந்த எனது பந்தாட்டக்காரனுக்குச் சொந்தமான, மெத்தை போல வைத்து இணைக்கப்பட்ட ஒரு பழைய சட்டையைத் தட்டிப் படுக்கைக்குக் கீழே இருந்து நான் வெளியே எடுத்தேன். என் பக்கம் முதுகைக் காட்டியபடி அடுப்பருகே பையன் நின்றான். ஒரு பெரிய பிறவிக்குறி ஐந்து கோபெக் நாணய அளவிற்கு புடைத்துக் கொண்டிருந்த அவனது தோள்பட்டை எலும்புகளுக்குக் கீழாக கருப்பாகத் தெரிந்தது. வலது தோள்பட்டைக்குச் சற்று மேலாக ஒரு சிவப்புத் தழும்பு இருந்தது. அது ஒரு குண்டுக் காயத்தினால் ஏற்பட்டதென்று என்னால் கூற முடியும்.

“உனது முதுகில் அது என்ன?”

தனது தோளுக்கு மேலாக என்னை உற்றுப் பார்த்தான். ஆனால் எதுவும் சொல்லவில்லை.

அவனிடம் சட்டையைக் கொடுத்தபடியே எனது குரலை உயர்த்திக் கொண்டு “உன்னைத்தான் கேட்கிறேன்—உனது முதுகில் இருப்பது என்ன?” என்று கேட்டேன்.

“இது உங்களுக்குத் தேவையில்லாத வேலை. என்னைப் பார்த்துக் கத்த வேண்டாம்!” சண்டையிடும் பாணியில் பதில் அளித்தான். பூனையின் கண்ணைப் போல அவனது பச்சை நிறக் கண்கள் ஒளி வீசின. எனினும், அவன் சட்டையை எடுத்துக் கொண்டான். “நான் இங்கிருக்கிறேன் என்பதைத் தெரிவிப்பதுவே

உங்களுடைய வேலை. மற்றதைப் பற்றி நீங்கள் அக்கறை கொள்ள வேண்டாம்."

"எனக்குப் பாடம் சொல்ல வேண்டாம்!" நான் உரக்கக் கத்தினேன். ஒரு வகையில் அமைதி குலைந்து போனேன். "நீ எங்கிருக்கிறாய் என்பதையும், எப்படி நடந்துகொள்ள வேண்டும் என்பதையும் புரிந்துகொள்ளவில்லை. உன் பெயர் எனக்கு எதையும் தெரிவிக்கவில்லை. நீ யார், எங்கிருந்து வருகிறாய், நதிக்குப் பக்கத்தில் என்ன செய்து கொண்டிருந்தாய் என்பதையும் என்னிடம் நீ கூறாதவரை நான் எனது ஒரு விரலைக் கூட அசைக்க மாட்டேன்."

"நீங்கள் இதற்குப் பதில் சொல்ல வேண்டியிருக்கும்!" அவனது குரல் அச்சுறுத்தலாக இருந்தது.

"என்னை அச்சுறுத்த வேண்டாம். நீ ஒன்றும் பெரிய ஆள் இல்லை! மேலும் இந்த அமைதி விளையாட்டு உன்னை எங்கும் கொண்டுபோய்ச் சேர்க்காது. இப்பொழுது வினயமாகவே கேட்கிறேன். நீ எங்கிருந்து வந்தாய்?"

அவன் தன்னைச் சுற்றிச் சட்டையைப் போர்த்திக் கொண்டான். அது கிட்டத்தட்ட அவனது கணுக்கால்கள்வரை நீண்டிருந்தது. எதுவுமே சொல்லாமல் தனது முகத்தைத் திருப்பிக் கொண்டான்.

"நீ இங்கே நாள் முழுக்கவோ, மூன்றோ, ஐந்து நாட்களோ உட்காரலாம். ஆனால் நீ யார், எங்கிருந்து வந்தாய் என்பதை என்னிடம் கூறாதவரை நான் உன்னைப் பற்றி எங்குமே தெரிவிக்கப் போவதில்லை!" என்று துடிப்பற்ற முறையில் அறிவித்தேன்.

அவன் என்னை உணர்ச்சியற்ற தன்மையில் பார்த்தான். மீண்டும் திரும்பிக் கொண்டான்.

"நீ பேசப் போகிறாயா?"

"நான் இங்கிருக்கிறேன் என்பதை உடனடியாக நீங்கள் ஐம்பத்தி ஒன்றாவது பணித் துணைக் குழாமிற்கு அவசியம் தெரியப்படுத்த வேண்டும்" அவன் சிடுசிடுப்போடு திரும்பவும் கூறினான்.

"அதுபோன்ற எதையும் நான் செய்யவே மாட்டேன்," என்று எரிச்சலோடு கூறினேன். "மேலும் நீ யாரென்று விளக்குகின்றவரை

நான் எதுவுமே செய்ய முடியாது. இப்போது இதை உனது புகைக் குழாயில் வைத்துப் புகைபிடி...! ஐம்பத்தி ஒன்று என்பது யார்?"

அவன் முழுமையான அமைதியைக் கடைப்பிடித்தான்.

பொங்கி எழுகின்ற எனது கோபத்தை அடக்க முடியாதவனாக "எங்கிருந்து நீ வருகிறாய்? உன்னைப் பற்றி நான் அறிவிக்க வேண்டும் என்று நீ விரும்பினால் நீ என்னிடம் சொல்லியாக வேண்டும்!" என வலியுறுத்தினேன்.

விறைப்பான சிந்தனையின் நீண்ட இடைவெளிக்குப் பிறகு தனது பற்களின் வழியாக முயன்று வருவித்துப் பேசினான்:

"மறுபக்கத்திலிருந்து."

"மறுபக்கத்திலிருந்தா?" என்னால் அதை நம்ப முடியவில்லை. "இங்கு எப்படி வந்தாய், பிறகு? மறுபக்கத்திலிருந்து வந்தாய் என்பதை உன்னால் எங்ஙனம் நிரூபிக்க முடியும்?"

"நான் அதை நிரூபிக்கப் போவதில்லை. இதற்குமேல் எதுவும் நான் கூறப் போவதில்லை. என்னைக் கேள்வி கேட்க உங்களுக்கு உரிமையில்லை. நீங்கள் இதற்குப் பதில் சொல்ல வேண்டும்! மேலும் தொலைபேசியில் எதுவும் பேசவேண்டாம். மறுபக்கத்திலிருந்து நான் வந்திருக்கிறேன் என்பதை அறிந்த ஒரே நபர் ஐம்பத்தி ஒன்று தான். போன்தரெவ் இங்கிருக்கிறான் என்று நீங்கள் உடனடியாக அவருக்கு அறிவித்தாக வேண்டும். அவ்வளவுதான்! அவர்கள் எனக்காக அனுப்பி வைப்பார்கள்!" அவன் உறுதியுடன் கத்தினான்.

"மேலும், உனக்காக யாரை அனுப்ப வேண்டும் என்பதை உன்னால் விளக்கிச் சொல்ல முடியுமா?"

அவன் அமைதியாக இருந்தான்.

கடுமையாகச் சிந்தித்தபடியே நான் அவனைச் சற்று நேரம் கூர்ந்து பார்த்தேன். அவன் பெயர் எனக்கு எதையுமே தெரிவிக்க வில்லை. ஆனால் ராணுவப் பணியிடத் தலைமை நிலையத்தில் அவர்கள் ஒருவேளை அறிந்திருக்கக் கூடும். எதற்கும் திகைப் புற்றுப் போகக் கூடாது என்பதை போர் எனக்குக் கற்றுத் தந்திருக்கிறது.

அவன் பரிதாபமாகக் காணப்பட்டான், கந்தல் கீறலாய்க் காணப்பட்டான். ஆனால் சுதந்திரமான உணர்வைத் தனக்குத் தானே வரவழைத்துக் கொண்டிருந்தான். உறுதியளிக்கும் தொனி

யில் என்னிடம் பேசினான். அதிகாரத் தொனியில்கூட என்னுடன் கூறினான். அவன் எதையும் கேட்கவில்லை ஆனால் வற்புறுத்தினான். அவனது கண்டிப்பான, குழந்தைத்தனமில்லாத கடு கடுப்புடனான விழிப்பான தோற்றம் மிகவும் வழக்கமல்லாத ஓர் உணர்வினை ஏற்படுத்தியது. மறுபக்கத்திலிருந்து அவன் வந்திருக்கிறான் என்ற அவனது அறிவிப்பு போலியல்லாத ஒரு பொய் என்றே எனக்குப்பட்டது. ஒரு வகையில், அவனைப் பற்றி நேரடியாக ராணுவத் தலைமையிடத்திற்கு அறிவிக்க வேண்டும் என்ற நோக்கம் எனக்கேற்படவில்லை. ஆனால் ரெஜிமெண்டல்* தலைமை நிலையத்திற்குத் தெரிவிக்க வேண்டியது எனது கடமையாக இருந்தது. அவனுக்காக ஆள் அனுப்பி அவர்களே விஷயத்தைத் தெரிந்து கொள்வார்கள் என்று நான் கற்பனை செய்தேன். புறக்காவல் அரணைச் சரி பார்ப்பதற்காக வெளியே புறப்படும் முன்பு என்னால் ஒரு மணி அல்லது இரண்டு மணி நேரமாவது தூங்க முடியும்.

தொலைபேசியின் கைப்பிடியைத் திருகி ரெஜிமெண்டல் தலைமை நிலையத்தைக் கூப்பிட்டேன்.

"ஹலோ, எண் மூன்று இங்கே," ராணுவக் காப்டன் மாஸ்லொவின் குரலை நான் கேட்டேன்.

"தோழர் காப்டன், இது எண் எட்டின் அறிவிப்பு! நான் போன்தரெவை இங்கு வைத்திருக்கிறேன். போன்தரெவ்! தன்னைப் பற்றி 'வோல்கா'விடம் நாம் அறிவிக்க வேண்டும் என்று அவன் கோருகிறான்..."

"போன்தரெவ்?" என்று மாஸ்லொவ் வினவினார்.

"அது என்ன போன்தரெவ்? இராணுவ நடவடிக்கை அலுவலகத்திலிருந்து வந்த மேஜராக நிச்சயமாக இருக்க முடியாது? உங்கள் இடத்தில் அவன் என்ன செய்து கொண்டிருக்கிறான்?" மாஸ்லொவ் தொடர்ந்து விடாமல் தனது வினாக்களை எழுப்பினார். வெளிப்படையாகவே அவர் கலக்கமுற்றிருந்தார்.

"இல்லை மேஜர் இல்லை! அவன் யார் என்பதைக்கூட நான் அறிந்துகொள்ளவில்லை. அவன் பேசுவதற்கு விரும்பவில்லை. நான் 'வோல்கா'விடம் அறிவிக்க வேண்டும் எனக் கோருகிறான். எண் ஐம்பத்தி ஒன்று, அவன் இங்கு என்னிடம்தான் இருக்கிறான்."

---

* ரெஜிமெண்ட்—1200 வீரர்களைக் கொண்ட படைப்பிரிவு.

"எண் ஐம்பத்தி ஒன்று யார்?"

"உங்களுக்குத் தெரியும் என்று நான் நினைத்தேன்."

" 'வோல்கா'வை அழைக்கும் அடையாளம் நம்மிடமில்லை. டிவிஷன்* அளவில் மட்டுமே உள்ளது. போன்தரெவின் பணி என்ன? அவனது பணித்தரம் என்ன?"

"அவனுக்குப் பணித்தரம் இல்லை," இதைச் சொல்கின்ற போது என்னால் சிரிக்காமல் இருக்க முடியவில்லை. "பாருங்கள், அவன் ஒரு பையன்... பன்னிரெண்டு வயது மதிக்கத்தக்க பையன், தெரியுமா...?"

"நீ கேலி பேச முயற்சிக்கிறாயா? யாருடைய காலை இழுத்து விடப் பார்க்கிறாய்?!" மாஸ்லொவ் தொலைபேசியில் உறுமினார். "என்ன இது, சர்க்கஸ் காட்சியா? நானும் ஒரு பையனை உனக்குக் காட்டுவேன்! இதை நான் மேஜரிடம் அறிவிப்பேன்! நீ குடித்திருக் கிறாயா, செய்வதற்கு வேறு வேலை ஒன்றும் உனக்கு இல்லையா? நான்..."

நடந்து போன விஷயங்களால் திடுக்கிட்டுப் போய் "தோழர் காப்டன்!" நான் இரைந்து பேசினேன். "தோழர் காப்டன், அது பையன்தான் என்று கண்ணியமீதளிக்கப்படும் உறுதியுரையாக நான் உங்களுக்குத் தருகிறேன்! அவனை உங்களுக்குத் தெரியும் என்று நான் நினைத்தேன்..."

"இவனை எனக்குத் தெரியாது, மேலும் தெரிந்து கொள்ளவும் நான் விரும்பவில்லை!" மாஸ்லொவ் கோபமாகக் கத்தினார். "என்னோடு பொறுப்பற்ற விதமாக நடந்துகொள்வது பற்றி நீ கவலைப்படவில்லை! விளையாடுவதற்கு நான் பையனல்ல! எனக்கு அதிகமான வேலை இருக்கிறது, ஆனால் நீ..."

"ஆனால் நான் நினைத்தேன்..."

"நீ நினைக்காதே!"

"மிகவும் நல்லது...! தோழர் காப்டன், ஆனால் அந்தப் பையனை நான் என்ன செய்வது?"

"என்ன செய்வது? அவன் அங்கே எப்படி வந்தான்?"

---

\* டிவிஷன்–5000 வீரர்களைக் கொண்ட படைப் பிரிவு.

"நமது புறக்காவல் அரணால் கரையில் அவன் தடுத்து நிறுத்தப்பட்டான்."

"கரையில் அவன் எப்படி வந்தான்?"

"நான் அப்படி நினைத்தேன்…" ஒரு கண நேரம் நான் தயங்கினேன்.

"மறுபுறத்திலிருந்து வந்ததாக அவன் கூறுகிறான்."

"அவன் கூறுகிறான்!" மாஸ்லொவ் நையாண்டி செய்தார்.

"மாயப் போர்வையில் வந்து விட்டானா? அந்த ஆளும் பிதற்று கிறான், நீயும் எல்லாவற்றையும் விழுங்கிக் கொண்டிரு. அவனைப் பாதுகாப்பில் வை!" என்று அவர் உத்தரவிட்டார். "இந்த விஷயத்தை நீயாகவே சமாளிக்க முடியவில்லை என்றால், அவனை ஸோதொ விடம் அனுப்பு. எந்த வகையிலும் அது அவர்களுடைய வேலை தான். அதை அவர்கள் செய்யட்டும்…"

"கத்துவதை அவர் நிறுத்தாவிட்டாலும், உடனடியாக ஐம்பத்தி ஒன்றிடம் அறிவிக்காவிட்டாலும், அதற்கு அவர் பதில் சொல்ல வேண்டியிருக்கும் என்பதை அவர்களிடம் கூறுங்கள்!" என்று பையன் திடீரென்று துளைத்துச் செல்கின்ற உரத்த குரலில் சொன்னான்.

ஆனால் மாஸ்லொவ் தொலைபேசியைக் கீழே வைத்து விட்டார். நானும் என்னுடையதைத் தடாலென்று கீழே வைத்தேன். பையனுக்காகவும் மாஸ்லொவுக்காகவும் நான் அலைக்கழிக்கப் பட்டேன்.

நடந்தது என்னவென்றால் பட்டாளியன்* கமான்டரின் பணிகளை நான் தற்காலிகமாக மட்டுமே நிறைவேற்றிக் கொண்டி ருந்தேன். நான் ஒரு "தற்காலிக நபர்" என்பது ஒவ்வொருவருக்கும் தெரியும். இதைவிட வேறென்ன, இயல்பாக எனக்கு இருபத்தோரு வயதே ஆகிறது. மற்ற பட்டாளியன் கமாண்டர்களால் நான் வித்தியாசமாக நடத்தப்பட்டேன். ரெஜிமெண்டல் கமாண்டரும் அவரது உதவியாளர்களும் இதனைக் காட்டிக் கொள்வதில் கவனமாக இருந்தாலும், மாஸ்லொவ் எதிர்பாராத வகையில், எனது ரெஜிமெண்டல் மேலதிகாரிகளில் இவரே மிக இளைஞராக இருந்தும் விஷயத்தைப் பற்றிய பழி பாவத்துக்குத் தயங்காமல்,

---

* பட்டாளியன் – 900 வீரர்களைக் கொண்ட படைப்பிரிவு.

 நற்றிணை பதிப்பகம் ○ 17

போரின் தொடக்க மாதங்களிலிருந்து நான் சண்டையிட்டுக் கொண்டிருந்தும், காயங்களையும் விருதுகளையும் பெற்றிருந்துங்கூட, என்னை ஒரு பையனாகவே கருதி, அவ்வாறே என்னை நடத்தவும் செய்தார்.

ஒரு வகையில், முதலாவது அல்லது மூன்றாவது பட்டாளியன் கமாண்டர்களிடம் இத்தகைய தொனியில் பேசுவதற்குத் துணிய மாட்டார். என்னிடத்தில் அது வித்தியாசமாக இருந்தது. அது பற்றிய தகவல்களை அறிந்து கொள்ளாமலேயே தெளிவற்ற நிலைக்குப் போய்விட்டார். அவர் தவறாக நடந்து கொண்டார் என்பதில் நான் உறுதியாக இருக்கிறேன். எனினும், எவ்வித வன்மமும் இல்லாமல் பையனிடம் பேசினேன்:

"அங்கே அறிவிக்கும்படி என்னை நீ கேட்டுக் கொண்டபடி நானும் செய்து விட்டேன். உன்னைப் பாதுகாப்பில் வைக்கும்படி நான் உத்தரவு பெற்றிருக்கிறேன். இப்பொழுது மனநிறைவு தானே?"

"இராணுவத் தலைமை நிலையத்தில் ஐம்பத்தி ஒன்றுக்கு அறிவிக்கும்படி நான் உங்களிடம் கூறினேன். ஆனால் நீங்கள் எங்கே தொலைபேசியில் பேசினீர்கள்?"

"நீ என்னிடம் 'கூறினாய்!..' எனது மேலதிகாரிகளுக்கு அப்பாற்பட்டு இராணுவத் தலைமைக்கு என்னால் மனுச் செய்ய இயலாது."

"அப்படியானால் அவர்களிடம் பேச என்னை அனுமதியுங்கள்" என்றான். சட்டைக்கு வெளியே அவனது கை தொலைபேசியைப் பற்றுவதற்காக நீட்டிக் கொண்டிருந்தது.

"நீ பயப்படவில்லையா...! யாரிடம் நீ பேசப் போகிறாய்? இராணுவத் தலைமையிடத்தில் உனக்கு யாரைத் தெரியும்?"

இன்னமும் தொலைபேசியைக் கையில் பற்றியபடியே அவன் கணப்பொழுது அமைதியாக இருந்தான். பிறகு சிடுசிடுப்போடு முணுமுணுத்தான்: "லெப்டினன்ட் கர்னல் கிரியஸ்னோவ்."

இராணுவ வேவுத் துறைத் தலைவர் லெப்டினன்ட் கர்னல் கிரியஸ்னோவ். காதால் கேட்டு மட்டுமே அவரை நான் அறிந்ததில்லை. ஆனால் நேரடியாகவே அறிவேன்.

"அவரை எப்படி உனக்குத் தெரியும்?"

மௌனம்.

“இராணுவத் தலைமை நிலையத்தில் வேறு யாரை உனக்குத் தெரியும்?”

மீண்டும் மௌனம், பிறகு தாமதமற்ற சிடுசிடுப்பான தோற்றத்தோடு முணுமுணுத்தான்: “காப்டன் ஹோலின்.”

ஹோலின் இராணுவ வேவுப் பிரிவில் ஓர் அதிகாரி. “அவரையும் எனக்குத் தெரியும்.”

“அவர்களை எப்படித் தெரிந்துகொண்டாய்?”

“நான் இங்கிருக்கிறேன் என்பதை உடனடியாக கிரியஸ்னோவுக்கு அறிவியுங்கள்,” எனது வினாவைப் பொருட்படுத்தாதபடி பையன் கோரினான். “நீங்கள் செய்யாவிடில் நான் செய்வேன்!”

அவனிடமிருந்து தொலைபேசியை நான் வாங்கினேன். கணநேர சிந்தனைக்குப் பிறகு கைப்பிடியைத் திருகினேன். மாஸ்லொவுடன் திரும்பவும் நான் தொடர்பு கொண்டேன்.

“மீண்டும் எண் எட்டு. தோழர் காப்டன், தயவு செய்து நான் கூறுவதைக் கேளுங்கள்,” என்று எனது எழுச்சியைக் கட்டுப்படுத்த முயன்றபடி உறுதியாகப் பேசினேன். “இது திரும்பவும் போன்த ரெவைப் பற்றியது. அவனுக்கு லெப்டினன்ட் கர்னல் கிரியஸ்னோவையும், காப்டன் ஹோலினையும் தெரியும்.”

“அவர்களை எப்படி அவனுக்குத் தெரியும்?” என்று மாஸ்லொவ் எரிச்சலோடு கேட்டார்.

“அவன் தெரிவிக்கவில்லை. அவசியம் இது லெப்டினன்ட் கர்னல் கிரியஸ்னோவுக்கு அறிவிக்கப்பட வேண்டும் என நான் நினைக்கிறேன்.”

நீ அப்படி நினைத்தால், பிறகு அதைத் தெரிவி” என்று மாஸ்லொவ் வித்தியாசமான முறையில் கூறினார். “எல்லாவித முட்டாள்தனங்களாலும் எப்பொழுதுமே நீ உனது மேலதிகாரிகளைக் குழப்பத்திற்கு உட்படுத்துகிறாய். தனிப்பட்ட முறையில், இரவில் எல்லா நேரத்திலும் தலைமை நிலையத்தைப் பற்றிக் கவலைப்பட எந்தக் காரணமும் எனக்குத் தெரியவில்லை. இது அற்பத்தனமானது!”

“அவர்களுக்குத் தொலைபேசியில் சொல்ல என்னை அனுமதியுங்கள்?”

"நான் எதையும் அனுமதிக்கவில்லை. இதில் என்னை இழுத்து விட வேண்டாம்..." இரண்டாவதுமுறை சிந்தித்துவிட்டு "துனாயெவுடன் நீ பேசிக் கொள்ளலாம். சற்று முன்னர்தான் நான் அவரோடு பேசிக்கொண்டிருந்தேன். அவர் உறங்கிக் கொண்டிருக்க வில்லை."

டிவிஷனல் வேவுப் பிரிவுத் தலைவர் மேஜர் துனாயெவை தொலைபேசியில் அழைத்தேன். போன்தரெவை இங்கே நான் வைத்திருக்கிறேன் என்று கூறினேன். உடனடியாக லெப்டினன்ட் கர்னல் கிரியஸ்னோவுக்கு அவனைப் பற்றித் தெரிவிக்கும்படி அவன் கோருகிறான் என்று கூறினேன்.

"ஓ.கே." துனாயெவ் என்னை இடைமறித்தார். "நான் அறிவித்து விட்டு உங்களோடு திரும்பவும் தொடர்பு கொள்கிறேன்."

இரண்டு நிமிடங்களுக்குப் பிறகு தொலைபேசி மணி அழுத்த மாக ஒலித்தது.

"எண் எட்டா? 'வோல்கா'விடம் பேசுங்கள்" என்று தொலை பேசி இயக்குநர் கூறினார்.

"கால்த்ஸெவ்...? ஹலோ, நீயா?" லெப்டினன்ட் கர்னல் கிரியஸ்னோவின் அழுத்தமான, முரட்டுத்தனமான குரலை நான் அடையாளங் கண்டுகொண்டேன். அது எனக்கு நன்கு அறிமுக மான குரல். இந்தக் கோடைக்காலம் வரையில் கிரியஸ்னோவ் எங்களது டிவிஷனல் வேவுத்துறை தலைவராக இருந்தார். அந்நேரத்தில் நான் இணைப்பு அலுவலராக இருந்தேன். மிக அடிக்கடி அவரோடு நான் தொடர்பு கொண்டிருந்தேன். "போன்தரெவ் உன்னிடமா இருக்கிறான்?"

"ஆமாம், தோழர் லெப்டினன்ட் கர்னல்!"

"பையன் கெட்டிக்காரன்!" (கணப்பொழுது என்னால் அவர் குறிப்பிட்டது என்னையா அவனையா என்று புரிந்துகொள்ள முடியவில்லை). "இப்பொழுது நான் கூறுவதைக் கவனமாகக் கேட்டுக் கொள்! நிலவறையிலிருந்து எல்லாரையும் வெளியேற்றி விடு. யாரும் அவனைப் பார்க்காதவாறும் தொந்தரவு செய்யாத வாறும் பார்த்துக்கொள். கேள்விகள் வேண்டாம். அவனைப் பற்றி எந்தப் பேச்சும் வேண்டாம்! தெரியுமா...? எனது மரியாதையைத் தெரியப்படுத்து. அவனைக் கூட்டி வருவதற்காக ஹோலின் வெளியேறி வந்து கொண்டிருக்கிறார். சுமார் மூன்று மணி நேரத்தில் அங்கு வந்து சேருவார் என்று நினைக்கிறேன். இதற்கிடையே, அந்தப்

பையனுக்குத் தேவையான எல்லாம் அவனுக்குக் கிடைக்குமாறு பார்த்துக் கொள். பக்குவமாக நடத்து. பாரு, அவன் ஒரு முன்கோபி. எல்லாவற்றுக்கும் முன்னதாக அவனுக்குத் தாளும் மை அல்லது பென்சில் கொடு. அவன் தரும் தகவலை ரெஜிமெண்டல் தலைமை நிலையத்திற்குப் பொறிப்படையாளமிட்ட உறையில் நம்பகமான ஆள் மூலமாகக் கொடுத்தனுப்பு. அதை உடனடியாக என்னிடம் அனுப்பி வைக்கும்படி நான் கட்டளை இடுவேன். அவனை வசதியாக இருக்க வை, அவனைத் தொந்திரவு செய்ய வேண்டாம். அவனுக்குக் கொஞ்சம் வெந்நீர் கொடு. சாப்பிடவும் ஏதாவது கொடு. அவனைக் கொஞ்சம் தூங்கவிடு. அவன் நமது பையன். தெரியுமா?"

அநேக விஷயங்கள் என்னை வியப்பிலாழ்த்திய போதிலும் "ஆமாம்!" என்று விடையளித்தேன்.

*

"சாப்பிட ஏதாவது வேண்டுமா?" என்று எல்லாவற்றுக்கும் முன்னதாக அவனைக் கேட்டேன். "அப்புறம்," என்று மேலே பார்க்காமலேயே பையன் முணுமுணுத்தான்.

மேசையின் மீது கொஞ்சம் தாளும், உறைகளும், மை, பேனா ஆகியனவற்றை வைத்துவிட்டு வெளியே சென்றேன். வசீலியெவை அவனது இடத்தில் நிற்கும்படி கட்டளையிட்டேன். பிறகு திரும்பவும் உள்ளே வந்து கொக்கி போட்டு கதவைத் தாழிட்டேன்.

சிவக்கப் பழுத்த அடுப்புப் பக்கம் தனது முதுகைக் காட்டிய படி பெஞ்சின் ஓரத்தில் பையன் உட்கார்ந்து கொண்டிருந்தான். மூலையில் அவன் தூக்கி எறிந்த ஈரமாய்ப் போன காற்சட்டை இப்பொழுது அவனது காலடியில் கிடந்தது. மூடியிருந்த பையி லிருந்து ஓர் அழுக்கேறிய கைக்குட்டையை வெளியே இழுத்தான். அதை விரித்து மேசையின் மீது உதறினான். கோதுமை, தானியங ்கள், சூரியகாந்தி விதைகள், பைன், ஃபிர் இவற்றின் ஊசிவடிவ இலைகள் ஆகியவற்றைச் சிறுசிறு குவியல்களாகத் தனித்தனியாக ஒழுங்குபடுத்தினான். பிறகு, கூர்ந்த நோக்கோடு ஒவ்வொரு குவியலிலும் இருந்தனவற்றை எண்ணி காகிதத்தில் எழுதினான்.

நான் மேசைக்கு நெருங்கிச் சென்றபோது விரைந்து தாளைப் பின்புறமாகத் திருப்பிக் கொண்டான், எதிர்ப்புணர்ச்சியோடு என்னைப் பார்த்தான்.

“நான் பார்த்துக் கொண்டிருக்கவில்லை, நீ கவலைப்பட வேண்டாம்,” என்று நான் விரைந்து கூறினேன்.

உடனடியாக இரண்டு வாளி நீர் சூடாக்கப்பட்டு, ஒரு குளியல் நீர் மொள்ளும் கலத்துடன் எனது நிலவறைக்குக் கொண்டு வருமாறு பட்டாளியன் தலைமை நிலையத்திற்கு உத்தரவிட்டேன். அங்கிருந்த சார்ஜெண்ட் உத்தரவை என்னிடம் திரும்பக் கூறிய போது அவர் வியப்புற்றுப் போனதை நான் உணர்ந்தேன். நான் குளிக்க விரும்புகிறேன் என்றுதான் அவரிடம் கூறினேன். அப்போது அதிகாலை மணி ஒன்றரை ஆக இருந்ததால், அவரும் மாஸ் லொவைப் போலவே, நான் சற்று அதிகமாகக் குடித்து விட்டேன் என்றோ, எதுவும் செய்ய முடியாத நிலையில் இருக்கிறேன் என்றோ அவசியம் நினைத்திருக்க வேண்டும். ஐந்தாவது கம்பெனியைச்* சேர்ந்த சுறுசுறுப்பான போர் வீரனாகிய த்ஸரீவ்னிக்கு ரெஜிமெண்டல் தலைமை நிலையத்திற்கு ஒரு தகவலைக் கொண்டு போகத் தயாராக இருக்கும்படியும் நான் உத்தரவிட்டேன்.

தொலைபேசியில் நான் பேசிய வேளை மேசைக்குப் பக்கமாக நின்றபடி, எனது ஓரக் கண்ணால் பார்த்தேன். தாளில் வரிசையாகக் கோடுகளும் கட்டங்களும் போட்டு இடது பக்க ஓரத்திலிருந்து குழந்தையின் கையெழுத்தைப் போன்று அப்பையன் எழுதினான்: “2... 4, 5...” இந்த எண்கள் எதைக் குறிக்கின்றன என்பதையோ, அவன் வேறு என்ன எழுதுகிறான் என்பதையோ என்னால் சிந்திக்கவே முடியவில்லை. பிறகும் கூட அதை என்னால் அறிய முடியவில்லை.

நீண்ட நேரம், ஏறத்தாழ ஒரு மணி நேரத்திற்குத் தனது பேனாவால் காகிதத்தில் கிறுக்கியபடி அவன் எழுதினான். பலமாக மூச்சுவிட்டுக்கொண்டு தனது மணிக்கட்டால் தாளை மறைத்துக் கொண்டான். அவனது விரல்கள் கீறப்பட்டும் கன்றிப் போயுமிருந்தன. அவனது நகங்கள் நன்கு வெட்டப்பட்டிருந்தன. அவனது கழுத்தும் காதுகளும் நீண்ட காலமாகக் கழுவப்படாததாக இருந்தன. அவ்வப்பொழுது உணர்ச்சிவயப்பட்டுத் தனது உதடுகளைக் கடித்தபடியும், எதையோ சிந்திப்பதற்காகவும், நினைவுபடுத்திப் பார்க்கவும் எழுதுவதை நிறுத்தினான். பிறகு திரும்பவும் எழுதத் தொடங்கினான். வெந்நீரும் தண்ணீரும் உள்ளே கொண்டு வரப்பட்டன. உள்ளே யாரையும் விடாமல் நானே வாளிகளையும், நீர்மொள் கலத்தையும் நிலவறைக்குள்

---

* கம்பெனி 80–120 வரையிலான வீரர்களைக் கொண்ட படைப்பிரிவு.

கொண்டுபோய் வைத்தேன். ஆனால் அவன் இன்னமும் தனது பேனாவால் எதையோ கிறுக்கிக் கொண்டிருந்தான். நீர் சூடாக இருக்க வேண்டி வாளிகளில் ஒன்றை அடுப்பின் மீது வைத்தேன்.

அவன் எழுதுவதை முடித்தபோது, எழுதப்பட்ட தாள்களை மடித்து ஓர் உறைக்குள் போட்டு, கோந்து தடவப்பட்ட ஓரங்களை நாக்கால் தடவி கவனமாக மூடினான். பிறகு ஒரு பெரிய உறையை எடுத்து அதற்குள் வேறொன்றைப் போட்டு மிகுந்த கவனத்தோடு மூடினான். வெளியே காத்துக் கொண்டிருந்த தூதுவனிடம் நான் உறையை ஒப்படைத்தேன்.

"இதை உடனடியாக ரெஜிமெண்டல் தலைமை நிலையத்தில் ஒப்படைக்கவும். இது மிக அவசரம்! கிராயெவிடம் திரும்ப வந்து வருகை கொடுக்கவும்."

பிறகு நான் திரும்பவந்து வாளிகளில் ஒன்றைக் குளிரச் செய்வதற்காகச் சிறிது தண்ணீர் ஊற்றினேன். பையன் சட்டையைக் கழற்றிவிட்டு, பானைக்கு வந்து குளிக்கத் தொடங்கினான்.

அவன் வகையில் நான் தவறு செய்து விட்டதாக உணர்ந்தேன். எனது கேள்விகளுக்கு விடை கூற மறுத்ததன் மூலம், அறிவுரைகளுக்கு ஏற்ப அவன் நடந்து கொண்டதில் எந்தச் சந்தேகமும் இல்லை. அவனிடம் நான் கடிந்து கொண்டேன், தடித்த முறையில் நடந்து கொண்டேன். தெரிந்து கொள்வது எனது கடமையாக இல்லாத நிலையில் அவனிடமிருந்து தகவலை வரவழைக்க முயன்றேன். சாரணர்களின் ரகசியங்களைத் தெரிந்து கொள்ள மேலதிகாரிகளுக்குக் கூட அனுமதி கிடையாது என்பதை ஒவ்வொருவரும் அறிவர்.

இப்பொழுது நான் ஒரு தாதியைப் போல அவனுக்காகக் காத்திருக்கத் தயாரானேன். நானே அவனுக்குக் குளிப்பாட்டிவிட விரும்பினேன். ஆனால் நானாக அதைச் செய்ய முடியாது போயிற்று. எனது திசையில் அவன் திரும்பவே இல்லை. மேலும் அவன் என்னைப் பார்த்த நேரங்களில் எல்லாம் நான் அங்கிருக்கவும் முடியவில்லை.

"இங்கே பார், நான் உனது முதுகைத் தேய்த்து விடட்டுமா?" என்று தயக்கத்தோடு கேட்டேன்.

"நானே செய்து கொள்கிறேன்!" சட்டென்று பேசினான்.

 நற்றிணை பதிப்பகம் ○ 23

சுத்தமான ஒரு துவாலையும், அவன் போட்டுக் கொள்வதற்கு ஒரு பருத்திச் சட்டையும் வைத்துக் கொண்டு அடுப்பருகே நிற்பதைத் தவிர எனக்கு வேறொன்றும் தோன்றவில்லை. அதிர்ஷ்டவசமாக அந்த மாலை நான் உண்ணாது விட்டிருந்த எனது இரவு உணவாகிய தினைத் துழவையையும், இறைச்சியையும் ஒரு குவளையில் போட்டுக் கலக்கினேன்.

குளித்த பிறகு அவனது வெள்ளைத் தலைமுடியும், வெண்ணிறத் தோலும் மிக நன்றாக மாறியிருந்தன. அவனது முகமும் கைகளும் மட்டுமே காற்றாலோ சூரிய வெக்கையாலோ கருத்துப் போயிருந்தன. நான் கவனித்ததில் சிறிய இளஞ்சிவப்பு நிறமான வெட்டுகள் இல்லாத காதுகளைப் பெற்றிருந்தான். வலது காது சற்றுத் தட்டையாகவும், இடது காது அதே வேளை கூர்மையாகவும் காணப்பட்டன. அவனது கண்கள் பெரியனவாகவும், பச்சை நிறமாகவும், தனித்து நிற்பது போலவும் காணப்பட்டன. இத்தனை அகன்று விரிந்த கண்களை நான் ஒருபோதும் முன்னர் பார்த்ததே யில்லை.

எனது கையிலிருந்து சட்டையை வாங்கிக் கொண்டபடி அவன் தன்னை ஈரம் போகத் துடைத்துக் கொண்டான். அந்தச் சட்டையை நான் நெருப்பில் காட்டி உலர்த்தினேன். அவன் சட்டையைப் போட்டுக் கொண்டு, வேலை செய்ய ஒழுங்கு செய்து கொண்டு மேசையின்மீது அமர்ந்தான். அவனது முகம் எதிர்ப்புணர்ச்சியை இழந்துவிட்டிருந்தது. அவனது முகம் களைப்பாகவும், ஆழ்ந்த சிந்தனை வயப்பட்டதாகவும் காணப்பட்டது.

அவன் உணவோடு சண்டையிடுவான் என்று நான் எதிர் பார்த்தேன். ஆனால் பசி ஏதும் இல்லாதவனைப் போலக் கொறித்தான், உணவுப் பாத்திரத்தைத் தன்னை விட்டுத் தள்ளி வைத்து விட்டான். பிறகு ஒரு குவளை இனிப்புத் தேநீர் பருகினான்– தட்டுப்பாடில்லாமல் நான் சர்க்கரை கலந்திருந்தேன். எனக்குப் பங்கீட்டில் கிடைத்த ஒரு பிஸ்கட்டையும் தின்றான். தாழ்ந்த குரலில் “நன்றி உங்களுக்கு” என்று கூறியபடி எழுந்து நின்றான்.

இதற்கிடையில் நான் பானையை வெளியே எடுத்து வைத்தேன். அதிலிருந்த நீரானது மை போல கருப்பாக இருந்தது, மேற்புறத்தில் மட்டும் பச்சைநிற சவர்க்கார நுரை நின்றது. தலையணையைத் தட்டி படுக்கையில் போட்டேன். முகம் சுவர்ப் பக்கமும் கை அவனது கன்னத்திற்குக் கீழே இருக்கும்படியும்

பையன் எனது படுக்கையில் படுத்துக் கொண்டான். எனது பணி விடைகள் அனைத்தையும் ஏற்றுக் கொண்டான். "மறுபுறத்திலிருந்து" அவன் திரும்பியிருப்பது இது முதலாவது முறையில்லை என்பது என் மனத்தில் பட்டது. தனது வருகையை ராணுவத் தலைமையிடம் அறிவித்த உடனேயே தனக்கு "முக்கிய மனிதர்க்குரிய கவனிப்பு" கொடுக்கப்பட உத்தரவிடப்படும் என்பதை அவன் அறிவான்... இரண்டு போர்வைகளை அவன் மீது போர்த்தி, நான் சிறுவனாக இருந்தபோது எனது தாய் எனக்குச் செய்வது போல, எல்லாப் பக்கங்களிலும் நன்கு இழுத்து முடக்கி வைத்தேன்...

# 2

எந்த ஓசையும் ஏற்படாதவாறு கவனமாகப் பார்த்துக் கொண்டு நான் எனது தலைக்கவசத்தை மாட்டிக் கொண்டு, மேற்சட்டையோடு இணைக்கப்பட்ட தோள் அணியாடையை எனது புறமேற் சட்டைக்கு மேலாக அணிந்துகொண்டு, எனது உத்தரவில்லாமல் யாரையும் உள்ளே அனுமதிக்க வேண்டாம் எனக் காவலனிடம் கூறிவிட்டு, கட்டைவிரல் நுனிகளை ஊன்றி வெளியே நடந்தேன்.

அது உறைகுளிரான இரவு. மழை பெய்வது நின்று போயிருந்தாலும், சுவையூட்டும் வடக்குக் காற்று வீசிக் கொண்டிருந்தது. மேலும் இருளாகவும் குளிர்ச்சியாகவும் இருந்தது.

நீப்பர் நதியிலிருந்து அரை கிலோமீட்டர் தொலைவிலுள்ள அடிவளர்ச்சி கொண்ட புதரில் எனது நிலவறை இருந்தது. நதி எங்களுக்கும் ஜெர்மானியர்களுக்கும் இடையே இருந்தது. எதிரே இருந்த உயரமான கரை தனித் திறங்களுடைய நிலப் பகுதியாகக் கருதப்பட்டது. எங்களது முக்கியப் பகுதி மிகவும் வாய்ப்பான பகுதியின் பின்னணியில் இருந்தது. நதியின் பார்வையில் நாங்கள் எங்களது புறக்காவல் அரணின் கிளைப் பிரிவுகளைக் கொண்டிருந்தோம்.

எதிரியின் கரையிலிருந்து தொலைதூரத்திலிருந்து வந்த வெளிச்சத்தை முக்கிய வழித்துணையாகக் கொண்டு அந்த இருளில் புதர்களின் வழியாக எனது பாதையை வகுத்துக்கொண்டு சென்றேன். தங்களது எல்லை நெடுகிலும் அவ்வப்பொழுது ஜெர்மானியர்கள் சுட்டுக் கொண்டே இருந்தார்கள். இரவின் அமைதியைக் குலைத்துக் கொண்டு எந்திரத் துப்பாக்கிகள் அவ்வப்பொழுது வெடித்துச் சிதறின. எங்களுடைய ரெஜிமெண்டல் கமாண்டர் கூறியது போல, ஒவ்வொரு சில நிமிடங்களுக்கும் எங்களது நதிப்

பகுதி எல்லையையும், நதியையும் கூட 'தற்காப்பு நடவடிக்கை' என்ற பெயரில் ஜெர்மானியர்கள் சுற்றிலும் சுட்டுத்தள்ளினார்கள்.

நீப்பர் நதியை விட்டு வெளியேறியதும், அண்மையில் இருந்த மறைகுழியை நோக்கி எனது பாதையை ஏற்படுத்திக் கொண்டு சென்றேன். புறக்காவல் பிளாட்டூனின் ஆணை அதிகாரிக்குச் சொல்லியனுப்பினேன். உணர்ச்சிவயமான நிலையில் அவர் வந்து சேர்ந்தபோது, கரை நெடுகிலும் நாங்கள் இருவரும் ஒருசேரப் புறப்பட்டோம். பெரும்பாலும் பையனைத் தடுத்து நிறுத்தியதன் தொடர்பாகத்தான் நான் வந்திருக்கிறேன் என நினைத்துக் கொண்டு, அவர் நேரடியாகவே பையனைப் பற்றி என்னிடம் கேட்டார். நான் உடனடியாக விஷயத்தை மாற்றிவிட்டேன், ஆனாலும் எனது சொந்த சிந்தனைகள் பையனைப் பற்றியே திரும்பியிருந்தது.

இருட்டில் நின்று கொண்டு நான் நதியின் மடுவைக் கூர்ந்து நோக்கினேன். இந்த இடத்தில் அது கிட்டத்தட்ட அரை கிலோ மீட்டர் அகலமிருந்தது. போன்தரெவ் மறுபுறத்திலிருந்து வந்திருக்க முடியும் என்பதை என்னால் வெறுமனே நம்ப முடியவில்லை. ஆற்றின் குறுக்காகப் பையனைத் தூக்கி வந்தவர்கள் யாராக இருக்க முடியும்? அவர்கள் எங்கே இருக்கிறார்கள்? படகு எங்கே? புறக்காவல் படைத் துறையினர் எங்ஙனம் இதைத் தவறவிட்டனர்? கரையிலிருந்து ஒரு குறிப்பிட்ட தூரம்வரை வந்து அவர்கள் பையனை விட்டு விட்டுப் போயிருக்க முடியுமோ? இலையுதிர் காலத்துக் கடுங்குளிரில் இத்தகைய ஒரு மெலிவான பையனை நீரைத் தாண்டிச் செல்லும்படி அவர்கள் எங்ஙனம் விட்டுப் போயிருக்க முடியும்...?

நீப்பரைக் கடந்து போவதற்காக எங்களுடைய டிவிஷன் ஒன்று ஆயத்தமாகிக் கொண்டிருந்தது. நான் பெற்றுக் கொண்ட கையேட்டை, அதை மனப்பாடம் ஆகின்றவரை நான் படித்திருந்தேன். உடல்நலமுள்ள பெரிய ஆட்களுக்கான இந்தக் கையேடு இப்படிக் கூறுகிறது: "...நீரின் வெப்பநிலையானது $15^0$ Cக்குக் குறைவாக இருந்தால் ஒரு நல்ல நீச்சல்காரனாலும் நீந்திச் செல்வது முற்றிலும் இயலாதது. மேலும் அகலமான ஆறுகளில் முடியாத ஒன்று". ஆனால் வெப்பநிலை $15^0$ Cக்குப் பதிலாக சுமார் $5^0$ Cஆக இருந்தால் என்னாவது?

இல்லை, வெளிப்படையாகவே படகு கரைவரை வந்திருக்க வேண்டும். ஆனால் அம்மாதிரியான வேளையில் ஏன் யாருமே

*பார்க்காது போய்விட்டார்கள்? பையனைக் கரையிலே விட்டு விட்டு எதையும் கவனிக்காது எங்ஙனம் விட்டு விலகிச் செல்ல முடிந்தது? இதற்கு என்னால் தலையோ, வாலோ கண்டுபிடிக்க முடியவில்லை.*

*புறக்காவல் படைத்துறை விழிப்பாக இருந்தது. நதியை அடுத்து வலப்புறமாக இருந்த, வேட்டுக்களினின்றும் தப்புவ தற்காகப் பயன்படுத்தப்படும் குழி ஒன்றில் தூக்கம் போட்டுக் கொண்டிருந்த ஒரு படைவீரனைப் பார்த்தோம். மறைகுழி சுவரில் சாய்ந்து கொண்டு, கண்ணுக்கு மேலாக அவனது தலைக்கவசம் மறைத்து நிற்க சாய்துயில் கொண்டிருந்தான். நாங்கள் அண்மை யில் சென்றபோது கிட்டத்தட்ட அவன் தனது சிறு எந்திரத் துப்பாக்கியால் எங்களைச் சுடுவதற்குத் தயாராகி விட்டான். அவனையும் அவனது ஸ்குவார்டு* கமாண்டரையும் அதிகார முறையில் பேசிவிட்டு, அவனை உடனடியாக மாற்றும்படியும், தண்டிக்கும்படியும் உத்தரவிட்டேன்.*

*சுற்றிப் பார்த்துவிட்டு வந்த பிறகு வலது புறத்தில் இருந்த படையின் படையணிக்குரிய பாதுகாப்பான உள் மறைவிடத்தில் நாங்கள் அமர்ந்து ஆட்களோடு புகை பிடித்தோம். எந்திரத் துப்பாக்கி வைக்கப்பட்டிருந்த அந்த மிகப் பெரிய மறைகுழியில் நான்கு வீரர்கள் இருந்தார்கள்.*

*“அந்தப் பையனை யாரென்று கண்டுபிடித்து விட்டீர்களா, தோழர் சீனியர் லெப்டினன்ட்?” அவர்களில் ஒருவன் கம்மிய குரலில் என்னைக் கேட்டான். புகை பிடிக்காதபடி அவன் எந்திரத் துப்பாக்கி அருகே நின்று கொண்டிருந்தான்.*

*“எது உன்னைக் கேட்க வைத்தது?” எச்சரிக்கையோடு நான் பேசினேன்.*

*ஒன்றுமில்லை. இதில் கண்ணால் பார்ப்பதைவிட கூடுதலாக ஏதாவது இருக்க வேண்டுமென்று நான் நினைத்துக் கொண்டி ருந்தேன். இதுபோன்ற தட்பவெப்ப நிலையில் நீங்கள் ஒரு நாயை வீட்டை விட்டுத் துரத்த மாட்டீர்கள். அவன் இங்கு வந்து நீரில் நடந்து செல்கிறான்... ஏன் அவன் இப்படிச் செய்ய வேண்டும்...? நாங்கள் அறிந்தவரை நதியைக் கடந்து செல்வதற்கு அவன் ஒரு படகை எதிர்பார்த்துக் காத்துக் கொண்டிருந்திருக்க வேண்டும். எதற்காக...? இது எனக்கு ஐயுறவாகத்தான்படுகிறது! அந்தப்*

---

* *ஸ்குவார்டு–7 அல்லது 8 வீரர்களைக் கொண்ட படைப்பிரிவு.*

பையனை நாம் இறுக்கிப் பிழிந்திருப்போம், அவனைச் சுத்தமாக ஒழுங்குபடுத்தி இருப்போம்."

"அது ஐயுறவாகத்தான் தோன்றுகிறது," மற்றொரு வீரன் உறுதியில்லாதபடி கூறினான். "வெறுமனே ஓர் ஓநாய்க் குட்டியைப் போல முகஞ்சுழித்தபடி உட்கார்கிறான். ஒரு வார்த்தை கூடப் பேசவில்லை: சொல்லக் கேள்விப்பட்டேன். ஏன் அவன் ஆடையில்லாது இருக்கிறான்?"

"அந்தப் பையன் நோவசியோல்கியிலிருந்து வந்தவன்" எனது சிகரெட்டை மெதுவாக இழுத்துக் கொண்டு பொய் சொன்னேன். (நோவசியோல்கி ஒரு பெரிய கிராமம். எங்களிடமிருந்து நான்கு கிலோமீட்டர் தொலைவில் இருந்தது.) "ஜெர்மானியர்கள் அவனது தாயாரை ஜெர்மனிக்கு அனுப்பி விட்டார்கள். தனியாக என்ன செய்வதென்று தெரியாது இருக்கிறான்... ஏழைப் பையன் மிகவும் நம்பிக்கையிழந்த நிலையில் இருக்கிறான்."

"ஓ, இதுவா நிலைமை...!"

புரிந்துகொண்டதுபோல பெருமூச்சு விட்டபடி அவர்களில் ஒருவன் "ஏக்கம் அவனைப் பிடித்தது," என்றான். புகைபிடித்துக் கொண்டு எனக்கு முன்பாக அமர்ந்து இருந்த அவன் ஒரு வயதான வீரன். பிறகு அவன் இழுத்த சிகரெட் வெளிச்சத்தில் அநேக நாட்களாக வளர்ந்திருந்த தாடியுடன் கூடிய அவனது முகத்தைக் காட்டியது. 'இந்த உலகில் ஏக்கத்தைத் தவிர வேறு பயங்கரமான விஷயம் அவனிடமில்லை! யுர்லோவ் எப்பொழுதுமே மக்களைப் பற்றிக் கெட்டதாகவே நினைத்துக் கொண்டிருக்கிறான். அவர்கள் எவ்வளவு மோசமானவர்கள் என்பதைக் காட்டவே எப்பொழுதும் முயற்சி செய்து கொண்டிருக்கிறான். அது சரியில்லை," என்று எந்திரத் துப்பாக்கி அருகே நின்று கொண்டிருந்த வீரனை நோக்கி அவன் மென்மையாகவும் நியாயமாகவும் பேசினான்.

"நான் எச்சரிக்கையாய் இருக்கிறேன்," என்றான் யுர்லோவ் சிடுசிடுப்போடு. "மேலும் நீ பேசுகின்ற எதுவும் என்னை மாற்றி விடாது! நல்லவர்களையும் நம்பிக்கையுள்ளவர்களையும் என்னால் பொறுத்துக் கொள்ள முடியாது. இந்த நம்பிக்கை காரணமாகத்தான் எல்லைப்புறத்திலிருந்து மாஸ்கோ வரையிலான நிலமனைத்தும் குருதி தோய்ந்திருக்கிறது...! எனக்கு வயிறு நிறைய இருக்கிறது...! மனிதப் பண்பியலான இரக்கத்தையும் கருணையையும் நிறையப்

பெற்றிருந்தால், தங்களுடைய ஆன்மாக்களுக்கு மசகிட்டுக் கொள்ள ஜெர்மானியர்களுக்கு நீ ஏன் கொஞ்சம் கொடுத்து உதவக் கூடாது?... தோழர் சீனியர் லெப்டினன்ட். இதை எனக்குச் சொல்லுங்கள்: எங்கே அவனுடைய ஆடைகள்? எல்லாம் சொன்ன போதும், செய்த போதும் நீரில் அவன் என்ன செய்து கொண்டிருந்தான்? இது ஐயுறவாக இருக்கிறது, சந்தேகமூட்டும் விதத்தில்... என்று நினைக்கிறேன்...!"

"அவனைப் பாருங்கள், ஒரு கமாண்டரைப் போல அவன் இப்படிப்பட்ட கேள்வி கேட்கிறான்" என்று வசைப் பாங்கோடு கூறினான் அந்த வயதான போர்வீரன். "அந்தப் பையனை ஏன் தனிமையில் விட்டு வந்தாய்? நீ இல்லாமல் இதனை அவர்களால் சமாளிக்க முடியாது என்பது போலத் தோன்றுகிறது. கொஞ்சம் வோட்கா பற்றி அவர்கள் என்ன நினைக்கிறார்கள் என்பதை நமது தலைமையிடம் நீ கேட்பது சரியாக இருக்கும். இங்கே உறையச் செய்யும் குளிர் இருக்கிறது. நம்மைச் சூடாக்கிக் கொள்ள நம்மிடம் எதுவுமே இல்லை. கொஞ்சமாவது எப்போது கொடுக்கப் போகிறார்கள் என்று அவரிடம் கேள். நாமில்லாமல் அந்தப் பையனைப் பற்றி அவர்கள் எப்படி விசாரிப்பார்கள்..."

அவர்களோடு சற்றுக் கூடுதலாகவே நான் அமர்ந்திருந்தேன். ஹோலின் விரைவாகவே வந்து கொண்டிருப்பார் என நினைத்த பொழுது, நான் விடைபெற்றுக் கொண்டு திரும்பப் புறப்பட்டேன். துணைக்கு யாரும் வேண்டாம் என்று மறுத்து விட்டேன். ஆனால் சீக்கிரமே அதற்காக வருத்தப்பட்டேன். இரவில் எனது பாதையைத் தவற விட்டுவிட்டேன், புதர்களுக்கிடையே குருட்டுத் தனமாகப் போனேன். எதிர்த்து வரக்கூடிய பாதுகாவலர்களின் கூர்மையான அழைப்பொலிகளைக் கேட்டுப் போய்ச் சேர்ந்தேன். எனது நிலவறையைச் சென்று அடைவதற்கு முன்னதாக அரை மணிநேரம் காற்றில் குளிர்ந்து போனேன்.

எனது வியப்புக்குரிய வகையில் பையன் தூங்கிக் கொண்டி ருக்கவில்லை.

தனது சட்டையுடன் அவன் உட்கார்ந்து கொண்டிருந்தான், தட்டிப் படுக்கையின் ஓரத்தில் தனது கால்களைக் கீழே தொங்கவிட்டு இருந்தான். அடுப்பு எப்போதோ அணைந்துபோய் இருந்தது. நிலவறையில் குளிராக இருந்தது. மூச்சு விடுவதை நம்மால் பார்க்க முடிந்தது.

"அவர்கள் இன்னமும் வரவில்லையா?" என்று பையன் ஒளிவு மறைவின்றி கேட்டான்.

"இல்லை. நீ தூங்கப் போ. அவர்கள் வரும்போது நான் உன்னை எழுப்புகிறேன்."

"அவர் அங்கே போய்விட்டாரா?"

"யார்?" என்று மொட்டையாகக் கேட்டேன்.

"செய்தியோடு போன தூதுவன்."

எனக்குத் தெரியாவிட்டாலுங்கூட நான் "ஆமாம்" என்றேன். தூதுவனை அனுப்பி வைத்த பிறகு நான் அவனைப் பற்றியும், செய்தி பற்றியும் முழுமையாக மறந்துபோய்விட்டேன்.

ஓரிரு நொடிகள் அவன் விளக்கையே சிந்தனை வயப்பட்டவனாகப் பார்த்தான், பிறகு திடீரென்று, எனக்குத் தெரிந்தது போல, வேட்கையுற்றவனாய்க் கேட்டான்:

"நான் தூங்கிக் கொண்டிருந்தபோது நீங்கள் இங்கே இருந்தீர்களா? எனது தூக்கத்தில் நான் பேசினேனா?"

"இல்லை, நான் எதையும் கேட்கவில்லை. ஏன்?"

"ஒன்றும் இல்லை, நான் ஒருபோதும் பேசுவதில்லை. ஆனால் இப்பொழுது நான் உறுதியாகச் சொல்ல முடியாது. நான் தசைப்பிடிப்புடையவனாக மாறி இருக்கிறேன்" அவன் உறுதியாகச் சொன்னான்.

அந்நேரத்தில் ஹோலின் வந்து சேர்ந்தார். ஓர் உயரமான, கருப்பு தலைமயிர் கொண்ட இருபத்தி ஏழு வயதான எடுப்பான தோற்றங்கொண்ட அவர் ஒரு பெரிய ஜெர்மானிய கைப்பெட்டியைக் கையில் ஏந்தியபடி நிலவறைக்குள் பாய்ந்து வந்தார். அந்தப் பெட்டியை என் கையில் திணித்துவிட்டு சுணக்கமில்லாது பையனிடம் ஓடினார்.

"இவான்!"

ஹோலினைப் பார்த்த மாத்திரத்திலேயே பையன் உயிர் பெற்றவன் போலாகிச் சிரித்தான். அவன் சிரித்தது அதுதான் முதல்முறை, ஒரு குழந்தையைப் போல மகிழ்ச்சி மிக்க புன்னகை.

அது மிக அருமையான நண்பர்களுக்கிடையேயான சந்திப்பாக இருந்தது. சந்தேகமில்லாமல் அக்கணத்தில் நானும் அவர்களில் ஒருவனாக இருக்கவில்லை. பெரிய ஆட்களைப் போல அவர்கள் கட்டித் தழுவிக் கொண்டார்கள். ஹோலின் அநேகமுறை அவனுக்கு முத்தமிட்டார், பின்னுக்கு நகர்ந்தார், பிறகு அவனது மெலிந்து குறுகிய தோள்களைப் பற்றிக் கொண்டு பெருமகிழ்ச்சி கொள்கின்ற கண்களால் அவனைப் பார்த்துப் பேசினார்:

"கதசோனவ் உனக்காக தீகவ்கா கிராமத்திற்கு அருகே படகோடு காத்துக் கொண்டிருக்கிறார், நீ இங்கிருக்கிறாய்..."

"தீகவ்காவில் உள்ள இடமானது ஜெர்மானியர்களால் மோசமாக இருக்கிறது, கரையருகே நம்மால் போக முடியாது," குற்ற உணர்வோடு புன்னகை செய்தபடி பையன் பேசினான்.

"நான் ஸொஸ்னோவ்காவிலிருந்து நீந்தி வந்தேன். பாதி வழியில் நான் உள்ளுக்குள்ளேயே வந்தேன். வெளியே இருந்த போது எனக்குத் தசைநார் சுரித்துக் கொண்டது. அதுதான் முடிவு என்று நான் நினைத்தேன்..."

"குறுக்காக நீந்தி வந்தேன் என்று என்னிடம் பேசாதே!" அதிர்ச்சியுற்றவராய் வியந்து கூறினார் ஹோலின்.

"ஆமாம், ஒரு கட்டையின் மீது. கோபப்படாதே. என்னால் ஒன்றும் செய்ய முடியாது. படகுகள் நீரோட்டத்திற்கு எதிராக இருந்தன. மேலும் அவை எல்லாமே காவலில் இருந்தன. அந்த இருளில் உங்களுடைய சிறு படகை பார்த்துக் கொண்டிருப்பது மிகவும் ஆபத்தானது. கணப்பொழுதில் அவர்கள் என்னைச் சுற்றி வளைத்து விடுவார்கள்! நான் உள்ளேயே இருந்தேன். கட்டையானது திருகிக் கொண்டும், நழுவிக் கொண்டும் இருந்தது. பிறகு என் காலின் தசைநார் சுரித்துப் போயின. நான் தொலைந்தேன் என்றுதான் நினைத்தேன்! நீரோட்டமானது என்னை நெடுகிலும் இழுத்து வந்தது. அதோடு நான் எங்ஙனம் போராடினேன் என்பது எனக்குத் தெரியவில்லை."

எதிரியின் நதிக்கரையில் நீரோட்டத்திற்கு எதிராக உள்ள ஒரு சிறிய கிராமம் ஸொஸ்னோவ்கா. பையன் ஏறத்தாழ மூன்று கிலோ மீட்டர்களாவது மிதந்து சென்றிருக்க வேண்டும். அந்த இருண்ட அக்டோபர் இரவில் மூழ்கிப் போகாமல் மெலிவான

சிறு பையன் குளிர்ந்த நீரோடையில் போராடியிருக்கிறான் என்பது உண்மையிலேயே அதிசயந்தான்...

ஹோலின் சுற்றித் திரும்பினார். சதைப்பிடிப்பான கையை நீட்டி என்னோடு கை குலுக்கினார். பிறகு அவர் பெட்டியை எடுத்தார். தட்டிப் படுக்கையில் அதை மெதுவாக வைத்தார். பிறகு பூட்டுகளைத் திறந்தார்.

“போய் காரை ஓட்டி வா, நாம் மிக நெருக்கமாகப் போக முடியாது. இங்கே உள்ளே யாரையும் அனுமதிக்க வேண்டாம் என்று காவலாளியிடம் கூறு, அவனுங்கூட உள்ளே வர வேண் டாம். நாம் எந்தச் சாட்சிகளையும் விரும்பவில்லை. புரிந்ததா...?”

“புரிந்ததா” என்ற லெப்டினன்ட் கர்னல் கிரியஸ்னோவின் வாசகம் எங்களது டிவிஷனில் மட்டுமல்லாது இராணுவத் தலைமை நிலையத்தில்கூட அடிபட்டது. “புரிந்ததா?” மற்றும் “புரிந்து கொள்!” என்றும் பயன்படுத்தப்பட்டன.

பத்து நிமிடங்களுக்குப் பிறகு, நான் காரைக் கண்டுபிடித்து நிலவறைவரை எப்படி ஓட்டிச் செல்வது என்பதை ஓட்டுநருக்குக் காட்டி விட்டுத் திரும்பிய போது பையன் உருமாற்றம் பெற்றிருந் தான்.

சிறிய துணியாலான தளர் அங்கி அணிந்து கொண்டி ருந்தான். அது அவனுக்காகவே சிறப்பாகத் தயாரிக்கப்பட்டது என்பது தெளிவாகத் தெரிந்தது. தேச பக்தப் போரின் விருதும், “துணிச்சலுக்கான” புத்தம் புதிய பதக்கமும் அதில் தைக்கப்பட்டி ருந்தது. பனி வெண்மை நிறமான கழுத்துப்பட்டியும், கருநீல குறுங்காற்சட்டையும், சுத்தமான உயர்ந்த காலணிகளும் அணிந் திருந்தான். இங்கே இப்பொழுது அவன் ஒரு பயிற்சியாளனைப் போலக் காணப்பட்டான்–ரெஜிமெண்டில் அவர்களில் நிறைய பேர் இருந்தனர்–அவனது தளர் மெய்யங்கியில் தோள்பட்டை மட்டுமே இருக்கவில்லை, உண்மையான பயிற்சியாளர்கள் மிகவும் உறுதியாகவும் உடல்நலமிக்கவர்களாகவும் காணப்பட்டனர்.

ஒரு முக்காலி மீது சிடுசிடுப்பற்று அமர்ந்திருந்த அவன், ஹோலினிடம் பேசிக் கொண்டிருந்தான். நான் உள்ளே வந்ததும் அவர்கள் மௌனமாகிப் போனார்கள். எந்தவித சாட்சிகளும் இல்லாமல் பேசும் பொருட்டுத்தான் ஹோலின் என்னை வெளியே அனுப்பியிருப்பாரோ என்று நினைத்தேன்.

“இத்தனை நேரமும் எங்கே போயிருந்தாய்?” எனக் கேட்டார். எனினும் மகிழ்ச்சியற்றவராய்த் தோன்றினார். “மற்றுமொரு குவளை எடுத்துக் கொண்டு உட்கார்.”

அவர் கொண்டு வந்திருந்த உணவு மேசையின் மேல் வைக்கப்பட்டிருந்தது. அது தூய்மையான ஒரு செய்தித்தாளால் மூடப்பட்டிருந்தது. பன்றி இறைச்சி, சுடப்பட்ட மசால் இறைச்சி, இரு தகரப் பெட்டியில் அடைக்கப்பட்ட இறைச்சி, பிஸ்கட் துண்டுகள், இரு காகிதப் பைகளில் அடைக்கப்பட்ட தின்பண்டங்கள், துணியால் மூடப்பட்ட ஒரு தர்மாஸ் குடுவை ஆகியன இருந்தன. தட்டிப் படுக்கையின் மீது புத்தம் புதிய, பையனின் அளவுக்கான ஆட்டுத்தோல் மேலாடையும், ஓர் அதிகாரிக்குரிய காதுத் தொங்கல்களுடைய மென்மயிர்க் குல்லாயும் இருந்தன.

ஹோலின் ரொட்டியை மெல்லிய துண்டுகளாக வெட்டினார், பிறகு குடுவையிலிருந்து வோட்காவை மூன்று குவளைகளில் ஊற்றினார். அவருக்கும் எனக்கும் பாதிக் குவளையளவுக்கும், பையனுக்கு ஒரு விரல் அளவுக்கும் ஊற்றினார்.

சுறுசுறுப்பான மகிழ்ச்சி தொனிக்கும் குரலில் தனது குவளையைத் தூக்கியபடி “இது இங்கே நமது சந்திப்புக்காக!” என்றார் ஹோலின்.

“எப்பொழுதுமே நான் இங்கே திரும்பி வருவதற்காக,” என்றான் பையன் கிளர்ச்சியற்றபடி.

ஹோலின் அவனை விரைந்து பார்த்தபடி முன்மொழிந்தார்:

“சுவோரவ் பள்ளிக்கு* நீ செல்வதற்கும், ஓர் அதிகாரி ஆவதற்குமாக இது.”

“இல்லை, அது பிறகுதான்!” பையன் எதிர்ப்புத் தெரிவித்தான். “ஆனால் போர் நடைபெற்றுக் கொண்டிருக்கும் போது, நான் எப்பொழுதுமே திரும்பி வருவதற்காக!” உறுதியாக அவன் திரும்பவும் சொன்னான்.

“அது சரி, நாம் விவாதத்தை நிறுத்திக் கொள்வோம். இது உனது எதிர்காலத்திற்காக, வெற்றிக்காக!”

---

* சுவோரவ் பள்ளி – புகழ்பெற்ற ருஷ்ய பலதிறப் படைத் தலைவரான அலெக்சாந்தர் சுவோரவ் பெயரால் உள்ள இளைஞர்களுக்கான ஓர் இராணுவப் பள்ளி.

நாங்கள் குவளைகளை எடுத்துப் பருகினோம். பையன் வோட்காவிற்குப் பழக்கமில்லாதவனாக இருந்தான். அவன் இருமத் தொடங்கினான். பிறகு அவன் கண்ணிலிருந்து நீர் வந்தது. அதை அவன் கள்ளத்தனமாகத் துடைத்துக் கொண்டான். ஹோலினைப் பிரதிபலிப்பது போல, அவன் ரொட்டித் துண்டு ஒன்றை எடுத்து அதை மெல்லத் தின்பதற்கு முன்னால் சற்று நேரம் நுகர்ந்து பார்த்தான்.

இறைச்சி இடையீட்ட சில ரொட்டிகளை ஹோலின் சாமர்த்தியமாக எடுத்து அந்தப் பையனுக்குக் கொடுத்தார். பிறகு அவனோ அப்படி ஒன்றை மட்டும் எடுத்துக் கொண்டு மெதுவாக, ஆர்வமற்றுச் சாப்பிட்டான்.

இறைச்சி இடையீட்டு ரொட்டியை மகிழ்ச்சியோடு உண்டபடி ஹோலின் "நீ சாப்பிடு, ஆகட்டும்!" என்றார்.

"எப்படியோ அதைச் சாப்பிடும் வழக்கம் எனக்கு இல்லாது போய்விட்டது," பையன் பெருமூச்சு விட்டான். "என்னால் முடியாது."

ஹோலினிடம் பேசுகின்ற போது அவன் வழக்கமான "நீ" என்ற சொல்லைப் பயன்படுத்தினான். ஹோலினை மட்டும்தான் பார்த்தான். என்னைப் பற்றி அவன் பொருட்படுத்தாதது போலவே காணப்பட்டது. வோட்காவால் தூண்டப்பட்ட ஹோலினும் நானும் எக்காள உணர்வோடு இருந்தோம், ஆனால் பையனோ, இரண்டு சிறிய இறைச்சி இடையீட்டு ரொட்டியைத் தின்ற பிறகு தனது கைகளையும் வாயையும் கைக்குட்டையால் துடைத்துக் கொண்டான். பிறகு முணுமுணுத்தான்: "நல்லது."

வர்ணத்தாளில் சுற்றப்பட்ட சாக்லேட்களை ஒரு பையிலிருந்து எடுத்து மேசையின் மீது பரப்பினார் ஹோலின். இனிப்பைப் பார்த்த மாத்திரத்தில் (வழக்கமாக இவன் வயதை யொத்த குழந்தைகளிடம் ஏற்படுவதுபோல) பையனுடைய முகம் துளியேனும் மகிழ்ச்சி மிக்க கிளர்ச்சியைக் கொண்டுவரவில்லை. தனது வாழ்க்கையில் நாள்தோறும் ஏராளமான சாக்லேட்டுகளைத் தின்று கொண்டிருப்பதுபோல, சாக்லேட்டுகளில் ஒன்றை அவசரமில்லாமலும், உணர்ச்சியில்லாமலும் எடுத்து, உறையைப் பிரித்தான். ஒரு துண்டு மட்டும் கடித்தான், பிறகு "நீங்களாகவே எடுத்துக் கொள்ளுங்கள்" என்று கூறியபடி அவற்றை மேசையின் நடுவே தள்ளி விட்டான்.

"இல்லை, வோத்காவிற்குப் பிறகு வேண்டாம், தெரியுமா," என்றார் ஹோலின்.

"பிறகு எப்படியும் போகட்டும், பையன் திடீரென்று கூறினான். எழுந்து கொண்டு மேசையினின்றும் தனது கண்களை அப்பால் திருப்பிக் கொண்டான். "லெப்டினன்ட் கர்னல் எனக்காகக் காத்துக் கொண்டிருக்கிறார். எதற்காக உட்கார்கிறோம்? நாம் போகலாம்!" வலியுறுத்திப் பேசினான்.

"ஒரு நிமிடத்தில் நாம் போகலாம்" ஹோலின் கூறினார். ஏதோ சம்பந்தமில்லாதது போல இருந்தார். எங்கள் இருவரது குவளைகளையும் நிரப்பும் பொருட்டு, அவர் தர்மாஸ் குடுவையைக் கையில் பிடித்துக் கொண்டிருந்தார், ஆனால் பையன் எழுந்து விட்டதைப் பார்க்கவும், அதைத் திரும்பவும் அதனிடத்திலே வைத்துவிட்டார். "ஒரு நிமிடத்தில் நாம் போகலாம்," என்று திரும்பவும் சோர்வோடு கூறிவிட்டு எழுந்து நின்றார்.

இதற்கிடையில், பையன் மென்மயிர்த் தோல் குல்லாவைத் தலையில் வைக்க முயன்று கொண்டிருந்தான்.

"இது மிகப் பெரிதாக இருக்கிறது, நாசமாய்ப் போக!"

'இதைவிடச் சிறிய அளவில் கிடையாது. இதை நானே தேர்ந் தெடுத்தேன்,' பாதி மன்னிப்புக் கேட்கும் பாவனையில் ஹோலின் பேசினார். "அங்கு நாம் போகும் வரையில் இருக்கட்டும். வேறு எதையாவது பார்ப்போம்…"

மேசையின் மீதிருந்த சிற்றிடையுணவை அவர் துயரத்தோடு பார்த்தார், குடுவையை எடுத்து ஆட்டினார், மனச்சோர்வோடு என்னைப் பார்த்துப் பெருமூச்சு விட்டபடி பேசினார்: "ஓ! இவை எல்லாமே வீணாகப் போகின்றன."

"அவருக்காக இதை இங்கே விட்டு வா!" தொல்லை கொடுக்கும் உணர்வோடும், இகழ்ச்சியோடும் பையன் பேசினான். "நீ பசியாக இல்லை, அப்படித்தானே?"

"உண்மையில் இல்லை!… ஆனால் இந்தக் குடுவை இரண்டாம் தரமானது"– அதைத் திருகிக் கொண்டே ஹோலின் வேடிக்கையாகச் சொன்னார். "மேலும் அவருக்கு இனிப்புகள் தேவையில்லை…"

"மிகவும் கஞ்சத்தனம் வேண்டாம்!"

"என்ன செய்ய வேண்டும்...? அப்படித்தான் கருதுகிறேன்," என்றார் ஹோலின், பிறகு என் பக்கம் திரும்பி, "வழியில் இருக்கக் கூடிய காவலாளியைப் போகச் சொல். எங்களை யாரும் பார்க் காதவாறு கவனமாகப் பார்த்துக்கொள்."

நீரூறிய புறமேற்சட்டையை எனது தோளுக்கு மேலாகப் போட்டுக் கொண்டு பையனிடம் சென்றேன். தனது ஆட்டுத் தோல் அங்கியின் ஊக்குகளை மாட்டிக் கொண்டு ஹோலின் பெருமையடித்துக் கொண்டார்: "காரில் ஏராளமான உலர்ந்த புல் இருக்கிறது–ஒரு பெரிய கட்டே இருக்கிறது! விரிப்புகளும் தலையணைகளும் நான் கொண்டு வந்திருக்கிறேன். தலைமை நிலையம் போகின்றவரை வழிநெடுக குப்புற விழுந்து நாம் தூங்கலாம்."

"நல்லது, போய் வருக, இவான்," எனது கையை நீட்டியபடி நான் கூறினேன்.

"போய் வருக வேண்டாம், ஆனால் புதிய சந்திப்புவரை," தனது சிறிய கையை நீட்டியபடி அவன் என்னைத் திருத்தினான். நிலவறையிலிருந்து பத்துக் காலடிகள் தொலைவில் கித்தான் வேயப்பட்ட "டாட்ஜ்" வேவு பிரிவின் வண்டி நின்றது. என்னால் அதை வெளிப்படையாகவே காண முடிந்தது.

"ரொதியோனவ்," காவலாளியை நான் மெதுவாக அழைத் தேன்.

"ஆம், தோழர் சீனியர் லெப்டினன்ட்," அவரது கரகரப்பான குரல் எனக்குப் பின்னால் மிக அண்மையில் ஒலித்தது.

"பணித் துணைவர் நிலவறைக்குச் செல்லுங்கள். இன்னும் ஒரு நிமிடத்தில் உங்களை நான் அழைக்கிறேன்."

இருளிலே அந்த வீரன் காணாமற்போனான்.

நான் சுற்றிலும் நடந்து வந்தேன், ஆனால் யாருமே பார்வை யில் படவில்லை. "டாட்ஜ்" வண்டியின் ஓட்டுநர், தனது ஆட்டுத் தோல் அங்கிக்கு மேலாகக் குல்லாய் ஒன்றை அணிந்து கொண்டு, சுக்கான் மீது தூங்க வேண்டும் அல்லது அரையுறக்கம் கொண்டி ருக்க வேண்டும்.

நான் திரும்பவும் நிலவறைக்குச் சென்று, தட்டுத் தடவி கதவைக் கண்டுபிடித்து அதைத் திறந்தேன்.

“வாருங்கள்.”

பையனும், ஹோலினும் பெட்டியைத் தூக்கிக் கொண்டு என்னைக் கடந்து விரைவாகக் காருக்குள் சென்றார்கள். கித்தான் துணியின் சலசலப்புக் கேட்டது, மிகத் தாழ்வான குரலில் ஒரு சிறிய உரையாடலின் முணுமுணுப்புக் கேட்டது–ஹோலின் ஓட்டு நரை எழுப்பினார்–பிறகு எந்திரம் இயக்கப்பட்டு கார் நகர்ந்து சென்றது.

## 3

டிவிஷன் வேவுப் பணிப் பிரிவில் ஒரு பிளாட்டூன் தலைவராக இருக்கும் சார்ஜெண்ட்–மேஜர் கதசோனவ் மூன்று நாட்களுக்குப் பிறகு என்னிடம் வந்தார். முப்பது வயதுடைய குள்ளமான மெலிந்த தோற்றங்கொண்ட அவர் சிறிய வாயினை யும், சிறிய மேலுதட்டையும், துவாரங்களுடன் கூடிய சிறிய தட்டையான மூக்கையும், சாம்பல் நிறமான சிறிய கண்களையும் பெற்றிருந்தார். அமைதியான பார்வையும் மகிழ்ச்சியான முகத் தோற்றமும் கொண்டிருந்தார். இவரது மென்மையான போக்கு முயலை நினைவுபடுத்தியது. கதசோனவ் ஆரவாரமில்லாது அமைதியாக ஒதுங்கி வாழ்ந்தார். மழலைச் சொல்லில் பேசினார். அவர் கம்பெனியில் வெட்கமும் மௌனமும் உடையவராக இருந்ததற்கான காரணங்களில் இதுவும் ஒன்றாக இருந்திருக்கக் கூடும். சிறைப்பட்டவர்களை அடையாளம் கண்டறிந்த பிறகு, இராணுவத்தின் மிகச் சிறந்த வேட்டைக்காரர்களில் இவரும் ஒருவராக இருந்தார் என்பதை நம்புவதுகூட கடினமானதாக இருந்தது.

கதசோனவைப் பார்த்தது எனக்குப் பையன் போன்தரெவை நினைவுபடுத்தியது–கடந்த சில நாட்களாக அவன் என் சிந்தனை யில் அடிக்கடி வந்து கொண்டிருந்தான். வாய்ப்புக் கிட்டும்போது அவனைப் பற்றி கதசோனவிடம் கேட்பது என்று முடிவு செய்தேன். அவருக்குக் கட்டாயம் தெரிந்திருக்க வேண்டும். ஏனெனில் “அந்த இடமானது ஜெர்மானியர்களால் மோசமாக இருக்கிறது, கரையருகே நம்மால் போக முடியாது” என்று கூறப்பட்ட தீகவ்காவில் அந்த இரவு ஒரு படகோடு காத்துக் கொண்டிருந்தவர் இவர்தான்.

படைத் துணைவர் நிலவறைக்கு வந்து கொண்டு, அவர் தன்னுடைய திண்சிவப்பு ஓரங்களைக் கொண்ட குல்லாவைத்

தொட்டார். உதவியாளர்களை நான் விலகிப் போகும்படி, சொல்லி முடிக்கின்றவரை, தனது ஆடை அணிமணிப் பையை எடுக்காமலேயே கதவருகே காத்துக் கொண்டு நின்றார்.

நான் கோபத்தோடும் எரிச்சலோடும் இருந்தேன். சற்று முன்னர்தான் நான் மாஸ்லொவிடமிருந்து தொல்லைப்படுத்துகின்ற உரை ஒன்றை தொலைபேசியில் பெற்றேன். ஆம், கிட்டத்தட்ட ஒவ்வொரு நாளும் அவர் என்னிடம் தொடர்பு கொள்வார். முதலில் காலையில், எப்பொழுதுமே ஒரே விஷயத்தைப் பற்றியே, நேரங் கெட்ட நேரங்களில் எல்லாம் அறிவிப்புகள், அறிக்கைகள், படிவங்கள், வரைபடங்கள் ஆகியனவற்றைக் கேட்பார். இந்த வகையான கணக்குமுறை அவருடைய சொந்தக் கண்டுபிடிப்போ என்றுகூட எனக்குச் சந்தேகம் இருந்தது. எழுத்துப் பணியில் அவர் மிகுந்த விருப்பங்கொண்டவர்.

அவர் பேசுவதைக் கேட்டால், மேற்கண்ட எல்லாப் படிவங் களையும், தாள்களையும் ரெஜிமெண்டல் தலைமை நிலையத்திற்கு நேரந்தவறாது நான் அனுப்பி வைத்தால், நாங்கள் வெற்றி பெற்றவர்களாகப் போர் சீக்கிரமே முடிவுக்கு வந்துவிடும் என்று ஒருவர் நினைக்கக் கூடும். வேலையை நான் "முழு ஆற்றலோடு" செய்யும்படி மாஸ்லொவ் வற்புறுத்தினார். நான் நன்றாகவே செய்தேன், ஆனால் அதில் சிக்கல் என்னவென்றால் பட்டாளியனில் எங்களுக்கு எந்த உதவியாளரும் கிடையாது, அனுபவமுள்ள எழுத்தரும் இல்லை. வழக்கமாக, நாங்கள் சுணங்கியே வந்தோம், கிட்டத்தட்ட எப்பொழுதுமே ஏதாவது சில தவறுகளைச் செய்து விடுவோம். இந்த வகையான எழுத்துப் பணியைச் செய்வதைவிட சண்டை செய்வது மிகவும் சுலபமானது என்று எனக்கு நானே அடிக்கடி நினைத்துக் கொள்வதுண்டு. எப்பொழுது ஓர் உண்மையான பட்டாளியன் கமாண்டர் வந்து என்னிடமிருந்து இந்த வேலையை ஏற்றுக் கொள்வார் என்று நான் காத்திருந்தேன்.

எழுத்தர்களிடம் வேலைக்கான ஆணைகளை நான் பிறப் பித்துக் கொண்டிருந்த வேளையில், கதசோனவ் தனது குல்லா வைத் தனது கையில் பற்றியபடி கதவருகே காத்துக் கொண்டு நின்றார்.

ஒரு வழியாக அவர் பக்கம் திரும்பி, வினவுவதற்கு எனக்கு அவசியம் ஏதும் இல்லாத போதும் "என்னைப் பார்ப்பதற்காகக் காத்துக் கொண்டிருக்கிறாயா?" என்று வினவினேன். கதசோனவ் வந்து கொண்டிருப்பதாக மாஸ்லொவ் என்னை எச்சரித்தார்.

அவரைக் கண்காணிப்புக் காவல் அரணுக்குக் கூட்டிச் செல்லும்படி, தேவையான எல்லா உதவிகளைச் செய்யும்படியும் கூறினார்.

"தங்களை," கதசோனவ் விளங்கிக் கொள்ள முடியாதபடி புன்னகை செய்தபடி கூறினார். "நான் ஜெர்மானியர்களைப் பார்க்க விரும்புகிறேன்..."

'சரி... போய்ப் பார்,' அன்போடு கூறினேன். சற்று நேர இடைவெளி விட்டுக் கூறப்பட்ட எனது வார்த்தைகள் சற்று அழுத்தம் பெற்றன. பட்டாளியன் கண்காணிப்புக் காவல் அரணுக்கு அவரை அழைத்துப் போகும்படி தூதுவனுக்குக் கட்டளை யிட்டேன்.

இரண்டு மணி நேரத்திற்குப் பிறகு, ரெஜிமெண்டல் தலைமை நிலையத்திற்கு எனது அறிக்கையை அனுப்பி வைத்த பிறகு, பட்டாளியன் சமையலறையில் உணவின் ருசியைப் பார்த்துவிட்டு, கண்காணிப்புக் காவல் அரணிற்கு, புதர்களின் வழியாக பாதை வகுத்துக் கொண்டு சென்றேன்.

கதசோனவ் ஸ்டீரியோஸ்கோப்பிக் தொலைநோக்கி மூலம் "ஜெர்மானியர்களைப் பார்த்துக் கொண்டு இருந்தார்". அவை எல்லாமே எனக்குத் தெரிந்திருந்தாலும், நானுங்கூட ஒருமுறை பார்த்தேன்.

நீப்பர் நதிக்கரையின் அகன்ற பெருந்தளப் பரப்பின் குறுக் காக, காற்றிலே கருமையான குழிகளைப் பெற்றிருந்த பகுதியில் எதிரியினுடைய கரை இருந்தது. நீரின் ஓரம் நெடுகிலும் ஒரு குறுகலான மணற்திட்டு சென்றது. அதன் மேலாக ஒரு மீட்டருக்கும் குறையாத சுவர்ப்பக்கம் வரை விளிம்பு நீட்டிக் கொண்டிருந்தது. அதற்கும் அப்பால் இங்குமங்குமாகப் புதர்கள் வளர்ந்த களிமண்ணாலான சரிவான கரை இருந்தது. இரவு நேரத்தில் அது எதிரியின் காவல் அரணால் சுற்றுக் காவல் பார்க்கப்பட்டது. அதையும் தாண்டி ஏறத்தாழ செங்குத்தாக எட்டு மீட்டர் உயரத்தில் சாய்வான மேட்டு முகப்பு ஒன்று இருந்தது. இந்தச் சாய்வான மேட்டின் உச்சியிலே எதிரியின் முன்னணிப் பகுதியின் மறைகுழிகள் இருந்தன. அப்போது வெறும் பார்வையாளர்கள் மட்டுமே பணியில் இருந்தார்கள். அதேவேளை மற்றவர்கள் கூடாரங்களில் ஓய்வெடுத்துக் கொண் டிருந்தார்கள். பொழுது சாய்ந்ததுமே ஜெர்மானியர்கள் அந்த மறைகுழிகளுக்கு ஊர்ந்து செல்வார்கள். இருளிலே இடைவெளி

விட்டு நெருப்பை ஏற்படுத்திக் கொள்வார்கள், தீப்பந்தங்கள் விடியுமட்டும் எரிந்து கொண்டிருக்கும்.

மணற்பாங்கான மற்றொரு புறத்துக் கரையில் இந்த ஐந்து இறந்த உடல்கள் சிதறிக் கிடந்தன. அவர்களில் மூவர் மூன்று வித்தியாசமான கோணங்களில் கிடந்தார்கள். வெளிப்படையாகவே சிதறிப் போய்க் கிடந்தார்கள். இப்பொழுது ஒரு வாரத்திற்கும் அதிகமாகவே நான் அவர்களைக் கவனித்து வந்திருக்கிறேன். எனது புறக்காவல் அரணை நேரடியாக முன்னோக்கியபடி இரண்டு புதிய வீரர்கள் அருகருகே அமர்த்தப்பட்டிருந்தார்கள். அவர்கள் இருவருமே தங்களுடைய மேல் உடைகளைக் களைந்த நிலையில் இருந்தார்கள். காலில் காலணிகள் இல்லை. ஒருவன் மாலுமியின் கோடு போட்ட ஆடையை அணிந்திருந்தான். தொலைநோக்கியில் அது மிகத் தெளிவாகத் தெரிந்தது.

தொலைநோக்கியின் கண்வில்லையில் கண்களை நெருக்கமாகச் சேர்த்துப் பார்த்துக் கொண்டு கதசோனவ் “லியாஹொவும் மரோஸுவ்ம்,” என்றார்.

“அவர்கள் அவரது தோழர்கள். ஆம், இருவருமே டிவிஷனல் வேவுப் பிரிவின் சார்ஜெண்டுகள்.” தொலைநோக்கியில் தொடர்ந்து பார்த்துக் கொண்டே அது எங்ஙனம் நடந்திருக்கக் கூடும் என உதடுகளை மெல்ல அசைத்தபடி எனக்குக் கூறினார்.

நான்கு நாட்களுக்கு முன்னதாக, ஒரு சாரணர்படை–ஐந்து பேர்–இன்னும் ஒரு கைதியைக் கொண்டு வருவதற்காக அங்கு சென்றிருக்கிறார்கள். நீரோட்டத் திசையில் அவர்கள் ஆற்றைக் கடந்திருக்கிறார்கள். எவ்வித ஓசையுமில்லாமல் அவர்களுடைய கைதியைப் பிடித்தார்கள். ஆனால் திரும்பிவருகின்றபோது அவர்கள் ஜெர்மானியர்களால் கண்டுபிடிக்கப்பட்டார்கள். தாங்கள் சிறைப்பிடித்த ஜெர்மானிய படைவீரனுடன் மூன்று பேர் படகை நோக்கிப் பின்வாங்கத் தொடங்கினார்கள். எப்படியோ தப்பிவர முயன்றார்கள். அவர்களில் ஒருவன் கொல்லப்பட்டான். அவர்கள் படகிற்குச் சென்றுகொண்டிருந்தபோது எந்திரத் துப்பாக்கியால் கைதி காயமடைந்தான். மற்ற இருவரான லியாஹொவும் (மாலுமியின் சட்டையில் இருந்தவன்) மரோஸுவ்ம் தங்களது தோழர்கள் பின்வாங்கிச் செல்லுமளவுக்கு ஜெர்மானியர்களுக்குப் போக்குக்காட்டினார்கள்.

அந்த அமளியில் அவர்கள் கொல்லப்பட்டார்கள். ஜெர்மானியர்கள் அவர்களது ஆடைகளைக் கழற்றி இரவு நேரத்தில் அவர்

களை நதிக்கரைக்கு இழுத்து வந்தார்கள். மற்றவர்களுக்கு ஒரு பாடமாக இருக்கட்டும் என்பதற்காக நாங்கள் மறுபுறத்திலிருந்து பார்க்கக் கூடியவாறு அவர்களை நிறுத்தி வைத்தார்கள்.

"அவர்கள் கட்டாயம் எடுத்து வரப்பட வேண்டும்..." பெருமூச்சுவிட்டபடி கதசோனவ் சுருக்கமாகச் சொன்னார்.

மறைவிடத்திலிருந்து அவருடன் வெளியேறி வந்தபடி போன்தரெவ் பற்றி நான் வினவினேன்.

"இவான்?" கதசோனவ் என்னை உற்றுப் பார்த்தார். அவரது முகத்திலே கனிவு மிக்க புன்னகை தென்பட்டது. "அற்புதமான பையன்! கூட்டிவரும்போது மிகவும் பிடிவாதம் செய்து இருக்கிறான்! நேற்றுக்கூட ஒரு குழப்பம் உண்டாக்கி விட்டான்."

"ஏன்?"

"அவனைப் போன்ற சிறுவனுக்குப் போர் பற்றிய வேலை தேவையற்றது, நிச்சயமாகத்தான். சுவோரவ் இராணுவப் பள்ளிக்கு அவனை அனுப்பிக் கொண்டிருக்கிறார்கள். கமாண்டர் உத்தரவும் பிறப்பித்து விட்டார். ஆனால் அவன் அதைக் கேட்க மறுத்து விட்டான்! ஒரே ஒரு விடை வைத்திருக்கிறான்–போருக்குப் பிறகு. மேலும் இப்பொழுது கூறுகிறான் "நான் சண்டை செய்யப் போகிறேன், சாரணர் படையில் சேரப் போகிறேன்!"

"இப்பொழுது அவன் எந்தச் சாரணர் பயிற்சியும் பெறுவதை நான் காணவில்லை. கமாண்டர் கட்டளையிட்டு விட்டார்."

"ஆனால் இந்தப் பையனை எப்படித் தடுத்து நிறுத்த முடியும்? உள்ளே நெருப்பு எரிந்து கொண்டிருக்கிறது...! அவனை வெளியே அவர்கள் அனுப்பவில்லை என்றால் அவன் தானே போய் விடுவான். முன்னமேயே அவன் இதைச் செய்திருக்கிறான்..." பெருமூச்சுவிட்டபடி கதசோனவ் கூறினார். தனது கடிகாரத்தைப் பார்த்தபடி அவசரமாகக் கூறினார்: "ஓ, நான் போயாக வேண்டும். பீரங்கிப் படையின் கண்காணிப்புக் காவல் அரணுக்கு இதுவா வழி?"

கணப்பொழுதில், புதர்களைக் கவனமாகப் பிரித்துக் கொண்டு ஓசையின்றி மிதித்துக் கொண்டு நழுவிப் போய்க் கொண்டிருந்தார்.

*

ஜெர்மானியர்களை "ஒரு பார்வை பார்ப்பதில்", எங்களது பட்டாளியன் கண்காணிப்புக் காவல் அரணில் இருந்தும், வலப் புறமிருந்த மூன்றாவது பட்டாளியனிலிருந்தும், அந்தப் பீரங்கிக் கண்காணிப்பு அரணிலிருந்தும் தனது குறிப்பேட்டில் குறிப்புகள் எடுத்துக் கொண்டும், வரைபடங்கள் போட்டுக் கொண்டும் கதசோனவ் இரண்டு பகலையும், இரவுகளையும் செலவிட்டார். எங்களது கண்காணிப்புக் காவல் அரணின் தொலைநோக்கியில் ஒரு முழு இரவை அவர் செலவு செய்தார் என்று எனக்கு அறிவிக் கப்பட்டது. மேலும், காலையிலும், மாலையிலும் அவர் திரும்ப அதே இடத்தில் இருந்தார். அந்த மனிதன் எப்பொழுது தூங்கி னார் என்று எனக்கு நானே வியந்து கொண்டேன்.

மூன்றாம் நாள், காலையில் ஹோலின் வந்து சேர்ந்தார். நிலவறைக்குள் பாய்ந்து சென்றவர் ஒவ்வொருவரையும் கிளர்ச்சி பொங்க வாழ்த்தினார். "பிடித்துக் கொள், நான் கையிறுக்கமானவன் என்று கூறி விடாதே," என்று கூறியவர் எனது விரல் மூட்டுகள் நெருக்கப்பட்டு, வலியால் நான் நெளிகின்ற வரை இறுகப் பற்றிக் கொண்டிருந்தார்.

"எனக்கு நீ தேவைப்படுவாய்," என்றார். பிறகு தொலை பேசியைப் பற்றி மூன்றாவது பட்டாளியனோடு தொடர்பு கேட்டு, அதனுடைய கமாண்டிங் அலுவலர் காப்டன் ரியாப்த்ஸெவுடன் பேசினார்:

"கதசோனவ் வந்து கொண்டிருக்கிறார். அவருக்கு எல்லா உதவியும் கிடைக்குமாறு பார்த்துக் கொள்!... அது பற்றிய எல்லா வற்றையும் அவரே உன்னிடம் கூறுவார். அவருக்குச் சூடாக உணவு கொடு...! இப்போது கேள்: பீரங்கிப்படை ஆட்களோ, மற்ற எவருமோ என்னைப் பற்றிக் கேட்டால், உங்களுடைய தலைமை நிலையத்தில் 13.00 மணிக்குப் பிறகு நான் இருப்பேன் என்று அவர்களிடம் கூறு. எனக்கு நீயும் தேவைப்படுவாய்! பாதுகாப்புத் திட்டத்தைத் தயாராக வைத்துக் கொண்டு இடத்தில் இரு..."

பிரபலமான "நீ" என்ற சொல்லை ரியாப்த்ஸெவிடம் பேசும் போது அவர் பயன்படுத்தினார். இவரைக் காட்டிலும் அவர் பத்து வயது மூத்தவர் என்றும் பார்ப்பது இல்லை. அவர் எங்களுடைய தலைவராக இல்லாதபோதுங்கூட என்னையும் ரியாப்த்ஸெவையும் தனது துணையாளர்களாக நடத்தினார். இது அவருடைய பழக்கம். ஆம், டிவிஷனல் தலைமையிடத்து

அதிகாரிகளிடத்திலும், எங்களது ரெஜிமெண்டல் கமாண்டரிமும் ஒரே மாதிரியாகவே பேசினார் அவர். உண்மையில், எங்கள் எல்லார்க்கும் அவர் மேல் அதிகாரிகளைப் பிரதிநிதித்துவப்படுத்தினார், ஆனால் விஷயம் அதில் மட்டும் இல்லை. வேவுப் பிரிவின் பெரும்பாலான அதிகாரிகளைப் போலவே, அவரது குறிப்பிட்ட பணியும் மிக முக்கியமானதென்று அவர் கருதினார். ஆகவே ஒவ்வொருவரும் அவருக்குக் கட்டுப்படக் கடமைப்பட்டிருந்தார்கள்.

இப்போதுகூட, தொலைபேசியைக் கீழே வைத்தபோது, நான் என்ன செய்து கொண்டிருக்கப் போகிறேன் அல்லது ஆட்களிடம் எனக்கு ஏதேனும் பிரச்சினைகள் இருக்கின்றனவா என்பதைப் பற்றிக் கூடக் கேட்காமல், “பாதுகாப்புத் திட்டத்தை எடுத்துக்கொள், நாம் போய் உன் படைப் பிரிவைப் பார்க்கலாம்,” என்று என்னிடம் அதிகாரத் தொனியில் சொன்னார்.

பண்பு நயமற்று அவர் நடத்துகின்ற போக்கை நான் விரும்பவில்லை, ஆனாலும் சாரணர் காலத்திலிருந்தே இவரைப் பற்றி ஏராளமாகக் கேட்டிருந்தபடியாலும், தனது துணிச்சல் மற்றும் நுண்ணிய திறம் பற்றி அவர் எனக்குக் கூறிய கதைகளாலும், மற்றவர்களை ஒருபோதும் மன்னிக்காத நான், பொறுமையைக் கடைப்பிடித்த வண்ணம் அவரை மன்னித்தேன். கைவசம் எந்த அவசர வேலையும் இல்லை, ஆனாலும் தலைமை நிலையத்தில் சற்று நேரம் தங்கி வருகிறேன் என்று அவரிடம் வேண்டுமென்றே கூறினேன். எனக்காகக் காரில் காத்துக் கொண்டிருப்பதாகக் கூறியபடி அவர் நிலவறையை விட்டு வெளியேறினார்.

ஒரு கால் மணி நேரமோ சற்றுப் பிறகோ கழித்து, ரெஜிமெண்டல் உத்தரவுகள் அடங்கிய கோப்பையும், துப்பாக்கி அட்டைகளையும் பார்த்துக் கொண்டு இருந்துவிட்டு நான் வெளியே சென்றேன். சற்றுத் தொலைவுக்கு அப்பால் ஃபிர் மரங்களுக்குக் கீழே வேவுப் பிரிவைச் சேர்ந்த “டாட்ஜ்” கார், முரட்டுத் துணியால் மூடப்பட்டு, நின்று கொண்டிருந்தது. தனது தோளிலே ஒரு துப்பாக்கியைத் தொங்கவிட்டபடி அதனுடைய ஓட்டுநர் அதன் அருகே மேலுங்கீழும் நடை போட்டுக் கொண்டிருந்தான். தனக்கு முன்னால் சுக்கான் மீது பெரிய அளவிலான ஒரு வரைப் படத்தைப் பரப்பி வைத்துக் கொண்டு ஹோலின் உட்கார்ந்திருந்தார். தனது கையில் பாதுகாப்புத் திட்டத்தை வைத்துக் கொண்டு அவருக்கு அருகே கதசோனவ் உட்கார்ந்திருந்தார். அவர்கள் பேசிக்கொண்டிருந்தார்கள், ஆனால் எனது வருகையைக்

கண்டதும் அமைதியாகப் போனார்கள். எனது பக்கமாக அவர்களுடைய தலைகள் திரும்பின. காரிலிருந்து அவசரமாக வெளியே குதித்த கதசோனவ் தனது வழமையான வெட்கப் புன்னகையோடு என்னை வரவேற்கிறார்.

"நல்லது, மேலே போ!" வரைபடத்தையும் திட்டத்தையும் சுருட்டிக் கொண்டு காரிலிருந்து இறங்கியபடி ஹோலின் அவரிடம் கூறினார். "எல்லாம் செம்மை நலம் வாய்ந்ததாக இருப்பதை உன் மக்கள் பார்க்க வேண்டும். ஓய்வு எடுத்துக் கொள்ளுங்கள். இன்னும் இரண்டு அல்லது மூன்று மணிநேரத்தில் நான் திரும்ப வந்து விடுவேன்..."

முன்னணிப் பகுதியிலிலுள்ள அநேகப் பாதைகளில் ஒன்றின் வழியாக ஹோலினை நான் அழைத்துச் சென்றேன். மூன்றாவது பட்டாளியன் இருந்த திசையை நோக்கி "டாட்ஜ்" நகர்ந்து சென்றது. ஹோலின் மகிழ்ச்சியான மனநிலையில் இருந்தார். மகிழ்ச்சி தரும் ராகத்தை சீட்டி அடித்துக் கொண்டே வந்தார். அது குளிர்ச்சியாகவும், அமைதியான நாளாகவும் இருந்தது. ஆகவே ஒரு போர் நடைபெறுகிறது என்பதே கிட்டத்தட்ட நமக்கு மறந்தே போய் விடுகிறது. ஆனால் இதோ, எங்களுக்கு முன்னே போர் நடைபெறுகிறது. காட்டின் ஓரம் நெடுகிலும் புதிதாக வெட்டப்பட்ட பதுங்குகுழிகள் இருந்தன. தகவல் தொடர்பு மறைகுழிக்கு நதிக்கரை வரை இட்டுச் செல்லும் இடப்புறத் திலுள்ள பாதையானது கவனமாக புதர்ச் செடிகளாலும், புற்கரடு களாலும் அடையாளம் தெரியாதபடி மூடி மறைக்கப்பட்டிருந்தது. அது நூறு மீட்டர் நீளத்திற்கு இருந்தது.

ஆட்கள் குறைவாக இருந்த பட்டாளியனைக் கொண்டு (மேலும் ஒரு தனிப்பட்ட கம்பெனியே!) இரவு நேரத்தில் இந்த மறைகுழியை வெட்டுவது என்பது அவ்வளவு சுலபமான பணி அல்ல. நாங்கள் செய்து முடித்திருந்த பணியைப் பாராட்டுவார் என்ற நம்பிக்கையில் இதுபற்றி ஹோலினிடம் கூறினேன். ஆனால் அவரோ சுற்றிலும் மேலோட்டமாகப் பார்த்துவிட்டு, வெறுமனே பட்டாளியனுடைய கண்காணிப்பு இடமும், காவல் தளங்களும் எங்கே இருக்கின்றன என்பதையே தெரிந்துகொள்ள விரும்பினார். நான் அவருக்குக் காட்டினேன்.

"எவ்வளவு அருமையான அமைதி!" எந்தவித வியப்பும் மேலிடாமல் குறிப்பிட்டார். அந்தப் புதர்களுக்குப் பின்னால் போய் நின்று பார்த்தார். அவர் தனது தொலைநோக்குக்

கண்ணாடி மூலமாக நீப்பர் நதியையும் அதன் கரையோரத்தையும் பார்த்தார். நாங்கள் நின்ற சிறுகுன்றானது எதிரே உள்ள கரையைத் தெளிவாகக் காட்டியது. எனினும் அவர் என்னுடைய "படை வீரர்கள்' பற்றி அவ்வளவு அக்கறை எடுத்துக் கொள்ளாதது போலத் தோன்றியது.

அவர் நதியைப் பார்க்கும் போது அவருக்குப் பின்னால் நின்ற நான் திடீரென்று போன்தரெவை நினைவு கூர்ந்தேன்.

"என்னுடைய இடத்திலே இருந்த அப்பையன் யார், மொத்தத்தில் அவன் எங்கிருந்து வந்திருக்கிறான்?"

"பையனா?" அவரது சிந்தனை எங்கோ இருந்தபடி ஹோலின் நினைவு இல்லாதவராக வியந்து கேட்டார். "ஓ, இவானைக் கேட்கிறாயா...! ஆர்வம் எல்லாவற்றையும் மறக்கடிக்கச் செய்து விட்டது. வா, உன்னுடைய மெத்ரோவை முயன்று பார்க்கலாம்!"

மறைகுழியில் இருட்டாக இருந்தது. கொஞ்சம் வெளிச்சம் வர வேண்டும் என்பதற்காக இங்குமங்குமாக ஓட்டைகள் போடப் பட்டிருந்தன, ஆனால் அவை கிளைகளால் மூடப்பட்டிருந்தன. எங்களது தலைகளைச் சற்றுத் தாழ்த்தியபடி அந்த அரைகுறை இருட்டில் நகர்ந்து சென்றோம். இந்த இருண்ட சுரங்கவழிப் பாதைக்கு ஒரு முடிவே இல்லாததுபோலக் காணப்பட்டது. திடீரென்று எங்களுக்கு முன்னால் வெளிச்சம் படர்ந்திருந்தது. நீப்பரிலிருந்து பதினைந்து மீட்டர் தொலைவில் புறக்காவல் தளத்தில் இருப்பதை உணர்ந்தோம்.

அந்த ஸ்குவார்டின் தலைமைப் பொறுப்பிலிருந்த இளம் சார்ஜெண்ட் என்னிடம் தனது அறிக்கையைக் கொடுத்தான். அகன்ற தோளும் அருமையான உடற்கட்டும் கொண்டிருந்த ஹோலினை அவன் ஒரு பக்கமாக உற்றுப் பார்த்தான்.

நதிக்கரையானது மணற்பாங்கானதாக இருந்தாலும், மறைகுழிக்குள் கணுக்கால் அளவுக்கு சகதி குழம்பிக் கிடந்தது. ஆற்றினுடைய நீர் அளவைக் காட்டிலும் தரை ஆழமாக இருப்பதால் பெரும்பாலும் இப்படித்தான் ஆகிவிடுகிறது.

நல்ல மனநிலை இருந்தால், கதைக்கவும் கேலி பேசவும் ஹோலின் விரும்புவார் என்று எனக்குத் தெரியும். இப்பொழுது அவர் அதைத்தான் செய்தார். ஒரு பாக்கெட் சிகரெட்டை எடுத்து என்னையும் படைவீரர்களையும் புகைக்கும்படி செய்தார். நெருப்புப் பற்றவைத்துக் கொண்டு மகிழ்ச்சியோடு குறிப்பிட்டார்:

“நீங்கள் என்ன மாதிரியாக வாழ்கிறீர்கள்! போர் நடை பெறுகிறது என்று சொன்னாலே நம்ப மாட்டீர்கள். எல்லாமே அமைதியாகவும் தெளிவாகவும் இருக்கிறது...!”

பஞ்சு வைத்துத் தைக்கப்பட்ட சட்டையும், காற்சட்டையும் அணிந்து மெலிந்து நீண்ட சாய்வான தோளைக் கொண்ட, எந்திரத் துப்பாக்கிப் பிரிவைச் சேர்ந்த சுபாஹின் சிடுசிடுப்பாக “உண்மையாகத்தான், ஓர் ஓய்வு இல்லம்!” என்றான். தனது தலைக்கவசத்தை எடுத்துக்கொண்டு அதை மண்வாரியின் கைப் பிடியில் வைத்து பாதுகாப்புச் சுவருக்கு மேலாகத் தூக்கினான். சில நொடிகளுக்குப் பிறகு எதிர்கரையிலிருந்து தலைக்கு மேலாக குண்டுகள் ஓசை கேட்டது.

“பதுங்கிச் சுடுகிறானா?” ஹோலின் வினவினார்.

“ஓய்வு இல்லம்,” சுபாஹின் திரும்பவும் கூறினான். “அன்பான உறவுகளிலே மருந்து மண்ணீர்க்குளி.”

அதே இருண்ட மறைகுழி வழியாகத் திரும்பவும் நாங்கள் கண்காணிப்புக் காவல் அரணுக்குச் சென்றோம். எங்களுடைய முன்னணி நிலையை ஜெர்மானியர்கள் மிக அண்மையில் பார்த்து வரும் நோக்கத்தை ஹோலின் விரும்பவில்லை. மிகவும் எச்சரிக்கை யாகவும், கவனிப்போடும் இருப்பது எதிரிகளுக்கு இயற்கைதான் என்றாலும் ஹோலின் திடீரென்று மனச்சோர்வடைந்து மௌனமாக வந்தார்.

கண்காணிப்புக் காவல் அரணுக்குப் பின்னால் இருந்து வலக் கரையை தொலைநோக்கி மூலமாக ஏறத்தாழ பத்து நிமிடங் களுக்குப் பார்த்தார், பார்வையாளர்களைப் பல்வேறு வினாக்கள் கேட்டார். குறிப்புப் புத்தகத்தைப் புரட்டிப் பார்த்தார். வெறுமனே எதையாவது குறித்து வைப்பதன் மூலம் எதிரிகளுடைய பழக்கங் களையும் இயல்புகளையும் அறிந்துகொள்ள முடியாமல் இருப்பதற்காக அவர்களைக் கடிந்து கொண்டார். அவருடைய கருத்தை என்னால் ஏற்றுக்கொள்ள முடியவில்லை, ஆனாலும் எதுவும் கூறவில்லை.

“அங்கே தரையில் இருப்பவர்கள் யார் என்று உங்களுக்குத் தெரியுமா?” எதிர்கரையில் இறந்துபோன சாரணர்களைக் குறிப் பிடும் வகையில் என்னிடம் கேட்டார்.

“ஆம்.”

"அவர்களை அங்கிருந்து எடுக்க முடியாது எனக் கருதுவதாகக் கூறுகிறாயா?" இகழ்ச்சியாகப் பேச்சைத் தொடர்ந்தார். "அது ஒரு மணி நேரத்து வேலை! மேலிருந்து உத்தரவுகளுக்காகக் காத்துக் கொண்டிருக்கிறாய், இல்லையா?"

பாதுகாப்பு மறைகுழியிலிருந்து வெளியே வந்து கொண்டு அவரிடம் நான் வினவினேன்:

"உனக்கும் கதசோனவுக்கும் என்ன இருக்கிறது? எல்லா நேரமும் உற்றுப் பார்த்துக் கொண்டிருக்கிறீர்கள். இரவிலே ரகசியமாகப் போய் யாராவது ஜெர்மானியனைப் பிடிக்கப் போகிறீர்களா?"

"மனுச் செய்தால் விவரங்கள் தரப்படும்!" என்னைப் பார்க்காமலேயே உணர்ச்சியோடு பேசினார் ஹோலின். பின்னர் மூன்றாவது பட்டாளியன் இருக்கின்ற வழி நோக்கி காட்டின் வழியே புகுந்து செல்லலானார்.

நான் அவரைப் பின்தொடர்ந்தேன்.

"இனிமேல் உன் உதவி எனக்குத் தேவையில்லை!" திரும்பிப் பாராமலேயே திடீரென்று அறிவித்தார்.

நான் நின்று விட்டேன். மனங்கலங்கிப் போய், பின்னோக்கிச் செல்கின்ற அவரது உருவத்தைப் பார்த்துக் கொண்டே இருந்தேன், பிறகு தலைமை நிலையத்திற்குத் திரும்பினேன்.

சரி, பார்ப்போம்...!" ஹோலினுடைய அதிகாரம் செலுத்து கின்ற தொனி என்னைக் கவலைக்குள்ளாக்கியது. அவமானத்தி லிருந்து விடுபட்டு எனக்கு நானே ஆணையிட்டுக் கொண்டேன். என்னைக் கடந்துபோன ஓர் இராணுவ வீரன் எனக்கு மரியாதை செய்தான். வியப்போடு என்னைத் திரும்பிப் பார்த்தான்.

தலைமை நிலையத்தில் எழுத்தர் அறிவித்தார்:

"மேஜர் இரண்டுமுறை தொலைபேசியில் பேசினார். உங்களைப் பேசுமாறு கட்டளையிட்டார்."

எங்கள் ரெஜிமெண்டல் கமாண்டரோடு தொடர்பு கொண் டேன்.

நற்றிணை பதிப்பகம் ○ 47

"உன் நிலைமைகள் எப்படியிருக்கின்றன?" இதுதான் அவரது முதலாவது கேள்வி. அவரது அமைதியான மெல்லிய குரலில் பேசினார்.

"சாதாரணமாக இருக்கின்றன, தோழர் மேஜர்."

"ஹோலின் உன்னைப் பார்க்க வந்து கொண்டிருக்கிறார்... அவருக்குத் தேவையான ஒவ்வொரு உதவியையும் செய்..."
"ஹோலின் நாசமாய்ப் போக...!" எனக்கு நானே கூறிக் கொண்டேன்.

சற்று இடைவெளிக்குப் பிறகு மேஜர் தொடர்ந்தார்:

"இது 'வோல்கா'வின் உத்தரவு. நூற்றி ஒன்று எனக்குத் தொலைபேசியில் கூறினார்."

"வோல்கா" இராணுவத் தலைமையிடம். நூற்றி ஒன்று என்பது எங்களது டிவிஷனின் கமாண்டர் கர்னல் வோரொனவ். "சரி, இருக்கட்டும்!" நான் நினைத்தேன். "நான் ஹோலினுக்குப் பின்னால் ஓடிக் கொண்டிருக்கவில்லை. அவர் என்னிடம் எதைச் சொல்கிறாரோ அதைச் செய்வேன்! ஆனால் அவருக்குப் பின்னால் போவது, என்னுடைய சொந்தப் பணி பற்றி முன்மொழிவது இல்லை, இல்லை, அது என்னுடைய வேலை அல்ல!"

ஆகவே எனது சொந்த வேலைகளை நான் பார்த்தேன். எனது சிந்தனைகளிலிருந்து ஹோலினை விடுவித்தேன்.

பிற்பகலில் பட்டாளியன் மருத்துவ உதவி நிலையத்திற்குச் சென்றேன். மூன்றாவது பட்டாளியனுக்கு அடுத்து வலது பக்கத்தில் இரண்டு அகன்ற பாதுகாப்பிடங்களில் அது அமைந்திருந்தது. இந்த ஏற்பாடு மிகவும் வசதிக் குறைவானதாக இருந்தது. ஆனால் நாங்கள் பயன்படுத்தும் நிலவறைகளும், பாதுகாப்பிடங்களும் ஜெர்மானியர்களால் கட்டப்பட்டு, சாதனங்கள் அமைக்கப்பட்டவை. அவர்கள் எங்களைத் துளியேனும் நினைத்துப் பார்த்திருக்க முடியாது.

பத்து நாட்களுக்கு முன்பு வந்து சேர்ந்த, ஒளிமிக்க நீல நயனங்களைக் கொண்ட, இளம் பொன்னிறத்தில் எடுப்பான தோற்றங்கொண்ட இருபது வயதுள்ள புதிய மருத்துவ அதிகாரி, அடர்த்தியான தனது தலைமுடியைச் சுற்றிக் கட்டியிருந்த மென் துணி வலைக் கைக்குட்டையின் மீது தனது கையை வைத்தபடி அருவருக்கத்தக்கவாறு 'சல்யூட்' அடித்தாள். தெளிவற்றபடி திணறிக்கொண்டே அறிக்கை தந்தாள். அதுபற்றி எதுவுமே

அவளிடம் நான் கூறவில்லை. அவளுக்கு முன்பிருந்த, சீனியர். லெப்டினன்ட் வோஸ்திரிகவ்–இராணுவத்தில் பழைய அறுவைச் சிகிச்சை நிபுணர், ஆஸ்த்மாவால் துயருற்றுக் கொண்டிருந்தவர்–இரு வாரங்களுக்கு முன்னால் போர்க்களத்தில் கொல்லப்பட்டார். அவர் நல்ல அனுபவமும், துணிச்சலும், திறமையும் கொண்டவர். ஆனால் இவளோ...? இன்னமும் இவளிடத்தில் எனக்கு நிறைவு ஏற்படவில்லை.

இராணுவ உடை–ஒழுங்காக அமைந்த தளர் மெய்யங்கியை அகலமான இடைவாரினால் இறுக்கமாகக் கட்டப்பட்டதும், அவளது தடித்த இடுப்பை அலங்கரித்த சொகுசு வாய்ந்த, நெருக்கமாகத் தைக்கப்பட்ட குட்டைப் பாவாடையும், அவளது அளவொத்த கால்களில் அணிந்திருந்த மென்மையான தோலினால் செய்யப்பட்ட உயரமான காலணியும்–அவளுக்குப் பாராட்டும்படியாகப் பொருந்தி இருந்தன. எங்களுடைய புதிய மருத்துவ அதிகாரி பார்வைக்குச் சற்றுக் கூடுதல் அழகுடனே காணப்பட்டாள்.

தற்செயலாக, அவளும் நானும் சக நாட்டு மக்களாக இருந்தோம் – இருவருமே மாஸ்கோவைச் சேர்ந்தவர்கள். இந்தப் போர் மட்டும் இல்லாது இருந்திருக்குமேயானால், அவளைச் சந்தித்து நிச்சயமாகக் காதல் வயப்பட்டிருப்பேன். அவளும் அதற்கு இசைவு தெரிவிப்பாளேயானால் மிகவும் மகிழ்ச்சியான மனிதனாக இருப்பேன். மாலை வேளைகளில் அவளோடு நேரத்தைக் கழிப்பேன், கோர்க்கி பூங்காவிலே அவளோடு நடனமாடி எங்கோ மரங்களுக்கிடையே ஒருவரையொருவர் முத்தமிட்டுக் கொள்வோம். ஆனால் அதிர்ஷ்டமில்லை, போர் இன்னமும் நடக்கிறது. நான் பட்டாளியன் கமாண்டராகச் செயல்பட்டேன், என்னைப் பொருத்தமட்டில் அவள் வெறுமனே பட்டாளியன் மருத்துவ அதிகாரியாக இருந்தாள். மேலும் தனது பணியைச் சமாளிக்க முடியாதவளாக இருந்தாள்.

கம்பெனிகளுக்கிடையே மீண்டும் பேன்களுக்குக் கண் காணிப்பா என்று மொட்டையாகவே அவளிடம் தெரிவித்தேன். ஆண்களுடைய உள் உடுப்புகள் ஒழுங்காகவே சுத்தம் செய்யப் படவில்லை, குளிக்கும் வசதிகளும் இன்னமும் நல்ல முறையில் செய்யப்படவில்லை. இன்னும் அநேகப் புகார்களை அவளிடம் கூறி அவள் ஒரு கமாண்டிங் அதிகாரி என்பதை நினைவுபடுத் தினேன். மேலும் அவளாகவே எதுவும் செய்ய வேண்டியதில்லை. கம்பெனியின் தூக்குப் படுக்கையைத் தூக்குபவர்களையும்,

மருத்துவத் தாதியர்களையும் அவர்களுடைய இந்த வேலையை ஒழுங்காகச் செய்யச் சொன்னாலே போதுமானது.

தலையைத் தொங்கவிட்டபடி எனக்கு முன்னால் நின்றாள். நடுங்கக் கூடிய குரலில் தணிவாக "மிகவும் நல்லது, மிகவும் நல்லது... மிகவும் நல்லது... ரொம்ப நல்லது." மிகவும் நல்லபடியாக மாற்ற தன்னாலான எல்லாவற்றையும் செய்வதாக உறுதி கூறினாள்.

இரங்கத்தக்கவாறு அவள் காணப்பட்டாள். அவளுக்காக நான் வருத்தப்பட்டேன். ஆனால் அந்த உணர்வை நான் காட்டிக் கொள்ள முடியாது. அவள் மீது இரக்கப்பட எனக்கு எந்த உரிமையும் இல்லை. ஆம், பாதுகாப்பு நடவடிக்கையில் வேண்டுமானால் இந்த உணர்வு அனுமதிக்கப்படும். ஆனால் எங்களது படை நீப்பரைத் தாண்டிச் செயல்படக்கூடிய வாய்ப்பிருக்கும் போது, பட்டாளியனைச் சேர்ந்த டஜன் கணக்காகக் காயமுற்றோர், மருத்துவப் பிரிவு லெப்டினன்ட் என்ற தோள்பட்டையை அணிந்த இந்தப் பெண்ணைத்தான் நம்பியிருந்தனர்.

ஒரு மாதிரியான உணர்வோடு, நிலவறையினின்றும் நான் வெளியேறினேன், மருத்துவ அதிகாரி என்னைப் பின்தொடர்ந்தாள்.

எங்களிடமிருந்து சுமார் நூறு எட்டுத் தொலைவில், வலப்புறம் ஒரு சிறிய மேடு இருந்தது. அங்குதான் பீரங்கித் தொகுதியினர் தங்களுடைய கண்காணிப்புக் காவல் அரணை அமைத்திருந்தனர். அதற்குக் கீழே, பின்பகுதியில், அதிகாரிகள் கூட்டமாக நின்றனர். ஹோலின், ரியாப்த்ஸெவ், பீரங்கிப் படை கமாண்டர்கள், மூன்றாவது பட்டாளியனின் சிறு பீரங்கிப் படையினர், எனக்குத் தெரியாத வேறு இரண்டு அதிகாரிகளும் இருந்தனர். ஹோலினும் வேறு இருவரும் வரைபடங்களையும், திட்டங்களையும் கையில் வைத்துக் கொண்டிருந்தனர். ஜெர்மானியர்களுடைய முன்னணிப் பகுதியில் நடவடிக்கைக்கான ஆயத்தங்களை அவர்கள் தயாரித்துக் கொண்டிருப்பது போலக் காணப்பட்டது. மேலும் அது மூன்றாவது பட்டாளியன் பகுதியில் மேற்கொள்ளப்படவிருப்பது போலக் காணப்பட்டது.

எங்களைப் பார்க்கவே, அதிகாரிகள் எங்கள் திசை நோக்கித் திரும்பினார்கள். ரியாப்த்ஸெவ், பீரங்கிப் படை வீரர்கள், சிறு பீரங்கிப் பிரிவு ஆட்கள் எனக்குக் கையை அசைத்து வரவேற்பு கூறினார்கள். நானும் திரும்பக் கையசைத்தேன். ஹோலின்

எனக்கு முகமன் கூறுவார் என்று எதிர்பார்த்தேன்–“அவருக்கு எல்லாவித உதவியும் நான் செய்யவேண்டி இருப்பதைப் பார்த்தும்” ஆயினும் எனக்குப் பக்கவாட்டில் நின்று அதிகாரிகளுக்கு எதையோ காட்டிக் கொண்டிருந்தார்.

நான் மருத்துவ அதிகாரியிடம் திரும்பினேன்.

“உங்களுக்கு இரண்டு நாட்கள் தருகிறேன். எல்லாவற்றையும் ஒழுங்கு செய்து விட்டு, எனக்கு அறிவியுங்கள்!”

புத்திசாலித்தனம் இல்லாதபடி அவள் எதையோ முணு முணுத்தாள். நானும் மொட்டையாக ‘சல்யூட்’ செய்துவிட்டு, அவளை அப்பொறுப்பிலிருந்து விடுவிக்க வேண்டும் என்ற முடி வோடு நகர்ந்து சென்றேன். புதிய மருத்துவ அதிகாரி கட்டாயம் ஓர் ஆணாகத்தான் இருக்க வேண்டும்.

மறைகுழிகளை, பாதுகாப்பிடங்களைப் பார்வையிடுவதிலும், ஆயுதங்களைச் சோதனை செய்வதிலும், பட்டாளியன் உதவி அரணிலிருந்து திரும்பிய நபர்களுடன் பேசுவதிலும், அவர்களோடு டொமினோ ஆட்டம் ஆடுவதிலும் பிற்பகல் முழுவதையும் நான் செலவிட்டேன்.

நான் திரும்பவும் மாலையில் நிலவறைக்குச் சென்றபோது அங்கே ஹோலின் இருந்தார். காற்சட்டையும், தளர் மெய்யங்கியும் அணிந்தபடி கால், கையைப் பரப்பியபடி எனது படுக்கையில் அவர் அயர்ந்து தூங்கினார். மேசையின் மீது ஒரு குறிப்பு கிறுக்கியபடி கிடந்தது; ‘*18.30 மணிக்கு என்னை எழுப்பவும். ஹோலின்.’

அவரை எழுப்புவதற்குச் சரியான நேரத்தில் நான் வந்திருந் தேன். அவர் கண்ணைத் திறந்து, தட்டிப் படுக்கையில் அமர்ந்தார்.

“நீ இதைப் பார்த்தபோது, ஒரு நல்ல காரியம் செய்திருக்கிறாய், என் இளைய நண்பனே!” கொட்டாவி விட்டபடி, சோம்பல் முறித்தபடி அவர் கூறினார்.

“என்ன?” என்றேன். அவர் எதைக் குறிப்பிட்டார் என்பதை என்னால் புரிந்துகொள்ள முடியவில்லை.

“பெண்கள் எப்படி என்பதை நீ புரிந்து கொள்கிறாய் என்று நான் கூறுகிறேன். உன்னுடைய மருத்துவ அதிகாரி– ஓர் இழை மொத்தைத் துண்டு!” முகங்கழுவும் தொட்டி தொங்கிக் கொண்

டிருந்த மூலையை நோக்கிக் குறுக்காக நடந்துசென்று தானாகவே கழுவத் தொடங்கினார் அவர். எனது அறிவுரையை எடுத்துக் கொள். அவளோடு பகல் நேரத்தில் காணுமாறு இருக்காதே. அது உனது நற்பெயருக்கு நல்லதல்ல.”

“நாசமாய்ப் போக!” எனது பொறுமையை இழந்தபடி கூச்சலிட்டேன்.

“கால்த்ஸெவ், நீ முரட்டுத்தனமாக நடந்து கொள்கிறாய்,” செறுமிக் கொண்டும், தன்னைச் சுற்றிலும் நீரைத் தெளித்துக் கொண்டு மகிழ்ச்சியாகப் பேசினார் ஹோலின். “இதை, நீ கேலி யாக எடுத்துக் கொள்ளக் கூடாதா...? என்ன, உன்னுடைய இந்தத் துவாலை அழுக்காக இருக்கிறது. இதை அவள் துவைக்கக் கூடும். உன்னுடைய கட்டுப்பாடு பற்றி நான் அதிகம் நினைக்கவில்லை!”

அந்த “அழுக்குத்” துவாலையால் அவர் தனது முகத்தைத் துடைத்துக்கொண்டு விசாரித்தார்:

“என்னை யாராவது கேட்டார்களா?”

“எனக்குத் தெரியாது. நான் இங்கு இருக்கவில்லை.”

“உன்னோடும் யாராவது தொலைபேசியில் பேசினார்களா?”

“ரெஜிமெண்டல் கமாண்டர் பன்னிரெண்டு மணி அளவில் தொலைபேசியில் பேசினார்.”

“எதைப் பற்றி?”

“உனக்கு உதவும்படி என்னைக் கேட்டார்.”

“அவர் உன்னைக் கேட்டாரா...? அப்படியா? இப்போது நல்ல கற்பனை!” அசட்டுத்தனமாகச் சிரித்தபடி ஹோலின் பேசினார். “மிகச் சிறந்த ஏற்பாடு என்றே நான் கூற வேண்டும்!” ஒரு வகைக் கிண்டல், இறுமாப்புடைய பார்வையோடு என்னைப் பார்த்தார். “என் அருமை நண்பனே, உன்னால் எனக்கு என்ன உதவி செய்ய முடியும்...!”

அவர் ஒரு சிகரெட்டைப் பற்ற வைத்துக் கொண்டு வெளியே சென்றார். ஆனால் சீக்கிரமே திரும்பி வந்து தனது கைகளைத் தேய்த்துக் கொண்டார், மகிழ்ச்சியாகக் காணப்பட்டார்.

“இது ஒரு நல்ல இரவாக அமையப் போகிறது, நன்றாக அமைய வேண்டாமா...! மொத்தத்தில் கடவுள் கருணை

உள்ளவர். சொல், நீ கடவுளை நம்புகிறாயா…? நீ எங்கே போயிருந்தாய்?" அவர் வலியுறுத்தினார். "இல்லை, வெளியே போக வேண்டாம், இன்னமும் உனது உதவி எனக்குத் தேவைப் படுகிறது…"

அவர் தட்டிப் படுக்கையில் அமர்ந்து அடிக்குரலில் பாடத் தொடங்கினார். ஒரே வார்த்தைகளையே திரும்பத் திரும்பப் பிரித்துப் பிரித்துப் பாடினார்:

"ஆ, இரவோ பெரும் இருட்டு

நானோ பீதியுற்றேன்

என்னை வீடு சேர்ப்பாய், மரூஸியா."

நான்காவது கம்பெனி கமாண்டிங் அதிகாரியோடு நான் தொலைபேசியில் பேசினேன். தொலைபேசியைக் கீழே வைத்த போது, கார் ஒன்று நெருங்கி வந்து கொண்டிருக்கும் ஓசையைக் கேட்டேன். கதவு மெல்லத் தட்டும் ஓசை கேட்டது.

"உள்ளே வாருங்கள்!"

கதசோனவ் உள்ளே வந்தார், தனக்குப் பின்னால் கதவைத் தாழிட்டார், தனது குல்லாயைத் தொட்டு அறிவித்தார்:

"நாங்கள் வந்துவிட்டோம், தோழர் காப்டன்!"

"காவல் இருப்பவரைப் போகச் சொல்!" ஹோலின் என்னிடம் கூறியபோது பாட்டை முடித்துக் கொண்டு விரைவாக எழுந்து நின்றார்.

கதசோனவைத் தொடர்ந்து நாங்கள் வெளியே சென்றோம். தூறல் விழுந்து கொண்டிருந்தது. மேலே கித்தான் சாக்கால் மூடப் பட்ட அறிமுகமான அந்தக் கார் நிலவறைக்கு அருகே நின்றது. இருளில் காவலாளி மறைந்து போகும்வரை காத்திருந்து விட்டு, ஹோலின் கித்தான் சாக்கைப் பின்னுக்கு நின்று அவிழ்த்து முணுமுணுத்தார்: "இவான்!"

"சரி," ஒரு குழந்தையின் குரல் பேசியது. கித்தானுக்கு உள்ளிருந்து ஒரு சிறிய உருவம் தோன்றி, தரையில் குதித்தது.

# 4

நிலவறையை நாங்கள் நெருங்கிய உடனேயே பையன் "வணக்கம்" என்று என்னிடம் தெரிவித்தான். திடீர் நட்புப் புன்னகையுடன் தனது கையையும் என்னிடம் தந்தான்.

உடல்நலத்தை மீண்டும் பெற்று வலிமையோடு அவன் காணப்பட்டான். அவனது கன்னங்களில் நலத்தைக் குறிக்கும் மினுமினுப்புத் தென்பட்டது. தனது சிறிய ஆட்டு மயிர் மேலங்கி யில் நீட்டிக் கொண்டிருந்த ரோமத்தைக் கதசோனவ் சரி செய்து கொண்டார். ஹோலின் பணிவோடு விசாரித்தார்: "நீ கீழே அமர்ந்து சற்று நேரம் ஓய்வெடுக்கலாமே?"

"என்ன, பகல் முழுக்கத் தூங்கிய பிறகா?"

"பிறகு எங்களுக்கு ஏதாவது படிக்கச் சுவையானதாகக் கொண்டுவா," ஹோலின் என்னிடம் கூறினார். "சில சஞ்சிகைகள் அல்லது ஏதாவது படங்களுடன் கூடிய ஒன்று!"

பையன் தனது மேலங்கியைக் கழற்றுவதற்கு கதசோனவ் உதவினார். "ஒகன்யோக்", "சிவப்பு போர்வீரன்" மற்றும் "எல்லைப் புற விளக்கங்கள்" போன்ற இதழ்களின் அநேகப் பிரதிகளை மேசையின் மேல் வைத்தேன். அவைகளில் சிலவற்றை அப்பையன் பார்த்துவிட்டுத் தனக்குப் பக்கத்தில் வைத்துக் கொண்டான்.

இன்று அவன் அடையாளந்தெரியாதபடி மாறி இருந்தான். வாயாடியாகவும், அவ்வப்பொழுது சிரித்துக் கொண்டும், என்னை நட்பு முறையில் பார்த்துக் கொண்டும்.

ஹோலினையும், கதசோனவையும் அழைக்க நெருக்கத்தைக் குறிக்கும் "நீ" என்ற சொல்லையே என்னை அழைப்பதற்கும் பயன்படுத்திக் கொண்டு இருந்தான். நானுங்கூட இந்தப் பைய னிடத்தில் அசாதாரணமான அன்பு கொண்டிருந்தேன். நான் வைத்திருந்த தகரக் குடுவையில் அடைக்கப்பட்ட பழச்சாறு பற்றி நானே நினைவு கூர்ந்தேன். அதை வெளியே எடுத்து அவனுக்கு முன்னால் வைத்தேன். பிறகு ஒரு குவளையில் அவனுக்குக் குப்பியில் அடைக்கப்பட்டிருந்த புளித்தபாலை ஊற்றினேன். அவனுக்குப் பக்கத்தில் அமர்ந்து அவனோடு சேர்ந்தபடி சஞ் சிகைகளைப் பார்த்துக் கொண்டிருந்தேன்.

இதற்கிடையில் ஹோலினும், கதசோனவும் ஏற்கெனவே அறிமுகமாகி இருந்த ஜெர்மன் கைப்பெட்டி, கையற்ற தளர் மேற்சட்டையால் கட்டப்பட்டிருந்த ஒரு பெரிய பொட்டலம், இரண்டு சிறு எந்திரத் துப்பாக்கிகள், ஒரு சிறிய மரப்பெட்டி ஆகியவை களை காரிலிருந்து கொண்டு வந்திருந்தனர்.

தட்டிப் படுக்கைக்குக் கீழே அந்தப் பொட்டலத்தைத் தள்ளி விட்டுப் பேசிக்கொண்டே எங்களுக்குப் பின்னே அமர்ந்தார்கள். தாழ்ந்த குரலில் ஹோலின் கதசோனவிடம் பேசுவதைக் கேட்டேன்.

"ஒரு முறையான ஜெர்மானியப் படை வீரனைப் போல இவன் ஜெர்மன் எப்படிப் பேசுகிறான் என்பதை நீ கேட்க வேண்டும்! கடந்த வசந்த காலத்தின்போது இவனை ஒரு மொழி பெயர்ப்பாளனாகப் பயன்படுத்த விரும்பினேன், இப்போது பார், இவன் பட்டாளியன் கமாண்டர்..."

வெளிப்படையாகவே, அவர் என்னைத்தான் குறிப்பிட்டுக் கொண்டிருந்தார். அவர் சொன்னது என்னவோ உண்மை. டிவி ஷனல் கமாண்டருடைய உத்தரவின் பேரில் ஒருமுறை சில கைதிகளை நான் விசாரணை செய்யும்போது கேட்ட ஹோலினும், லெப்டினன்ட் கர்னல் கிரியஸ்னோவும், வேவுப் பிரிவுக்கு ஒரு மொழிபெயர்ப்பாளனாகப் போவதற்கு என்னை வற்புறுத்த முயன்றார்கள். நான் மறுத்து விட்டேன், அதற்காகத் துளியும் வருத்தப்படவில்லை. வேவுப் பிரிவில் மகிழ்ச்சியோடு ஒரு பணியை ஏற்றுக் கொள்வேன், ஆனால் மொழிபெயர்ப்பாளனாக மட்டும் இல்லை.

கதசோனவ் நெருப்பைக் கிளறிவிட்டார், "இது ஓர் அருமை யான இரவு...!" என்று முணுமுணுத்தார்.

அவரும் ஹோலினும் தாழ்ந்த குரலில் வேலைகளைப் பற்றி விவாதித்தார்கள். அவர்கள் திட்டமிட்டுக் கொண்டிருந்தது தாக்கு தலுக்காக அல்ல என்பதை நான் புரிந்து கொண்டேன். எதிரிகளி னுடைய வரிசைகளுக்குப் பின்னால் அந்தப் பையன் போய்க் கொண்டிருக்கிறான் என்பதும், அந்த இரவு ஹோலினும் கதசோன வும் அவனை நீப்பர் ஆற்றின் குறுக்கே அழைத்துச் செல்லவிருக் கிறார்கள் என்பதும் எனக்கு மிகத் தெளிவாகத் தெரிந்தது. இதன் காரணமாகத்தான் அவர்கள் ஒரு ஷ்தர்மோவ்கா "ஊதிப் பெருக்கச் செய்யும் ஒரு சிறிய படகைத் தங்களோடு எடுத்து

வந்திருந்தார்கள், ஆனால் எங்களது பட்டாளியனிலிருந்து ஒரு தட்டையான அடிப்பரப்புக் கொண்ட படகை எடுத்துக்கொள்ள ஹோலினை கதசோனவ் வலியுறுத்திக் கொண்டிருந்தார். அவை கையடக்கமான சிறிய திறவைப் படகுகள்!" என்று முணு முணுத்தார்.

அதை அவர்கள் கண்டுபிடித்துவிட்டார்கள், "சனியன்கள்...!" என்று நான் நினைத்தேன். பட்டாளியனிடத்தில் தட்டையான அடிப்பரப்புக் கொண்ட ஐந்து மீன்பிடிப் படகுகள் இருந்தன. கடந்த சுமார் இரண்டு மாதங்களாகத்தான் இவைகளை வலித்துக் கடுமுயற்சி செய்து வைத்திருக்கிறோம். ஒரே ஒரு படகை மட்டுமே வைத்திருக்கக்கூடிய மற்ற பட்டாளியன்களின் கண்ணிற்படக் கூடாது என்பதற்காக வைக்கோல் மறைவிற்குள்ளாக பத்திரமாக ஒளித்து வைத்திருந்தேன். படகு வசதி குறித்த அறிக்கையில் கூட ஐந்துக்குப் பதிலாக இரண்டு என்றே காட்டியிருந்தேன்.

கற்கண்டு சாப்பிட்டுக் கொண்டும், சஞ்சிகைகளைப் பார்த்துக் கொண்டும் இருந்த பையன் ஹோலினுக்கும் கதசோனவுக்கும் இடையே நடந்த உரையாடல்களைக் கேட்டுக் கொண்டு இருக்கவில்லை. சாரணர்களைப் பற்றிய கதை இருந்த சஞ்சிகை ஒன்றைப் பக்கத்திலே வைத்துக் கொண்டான்.

"இதை நான் படிக்கப் போகிறேன்..." என்றான்.

"உன்னிடத்தில் கிராமபோன் இல்லையா?"

"இருக்கிறது, ஆனால் சுருள் கம்பி உடைந்திருக்கிறது."

"நீயெல்லாம் இங்கே மிக அற்பமாகத்தான் வாழ்கிறாய்," என்று குறிப்பிட்டான், பிறகு திடீரென்று கேட்டான்: உனது காதுகளை உன்னால் சுழற்ற முடியுமா?"

"எனது காதுகளையா? முடியாது, என்னால் முடியாது" என்றேன் புன்னகை செய்தபடியே.

"ஏன்?"

"ஹோலினால் முடியும்!" என்று வெற்றிப் பெருமிதத்தோடு அவன் அறிவித்தான். பின்னுக்குத் திரும்பி கூறினான்: "ஹோலின் வா, காது சுழல்வதை எங்களுக்குக் காட்டு!"

"எதுவாக இருந்தாலும் கீழ்ப்படியத் தயார்!" சுறுசுறுப்பாகக் குதித்து எழுந்து ஹோலின் எங்களுக்கு முன்னால் வந்து நின்றார்.

தனது காதுகளைச் சுழற்றத் தொடங்கினார், அதே வேளை அவரது முகம் சுத்தமாகவே அசைவற்று இருந்தது.

வெற்றிப் பெருமிதத்தில் மகிழ்ந்தவனாய் பையன் என்னைப் பார்த்தான்.

“கவலைப்பட வேண்டாம்” ஹோலின் என்னிடம் கூறினார். “உன் காதுகளை எங்ஙனம் சுழற்றுவது என்பதை நான் உனக்குக் கற்றுத் தருகிறேன். இப்போது கூட வந்து படகுகளை எங்களுக்குக் காட்டு.”

“என்னை உங்களோடு அழைத்துச் செல்வீர்களா?” கண நேரத் தூண்டுதலில் திடீரென்று கேட்டேன்.

“எங்கே அழைத்துச் செல்ல?”

“மறுபுறத்திற்கு.”

என்னைக் கட்டை விரலால் அசைத்தபடி “அவனைப் பாருங் கள்,” என்றார் ஹோலின். “எதற்காக மறுபுறம் போக வேண்டும் என்று விரும்புகிறாய்?” பிறகு, என்னிடம் தெரிவிக்கும் பாங்கில் என்னைப் பார்த்தபடி. குறைந்தது, உனக்கு நீந்த முடியுமா?”

“என்னால் நீந்தவும் துடுப்புப் போடவும் முடியும்.”

“கீழ்நோக்கி, செங்குத்து வாக்கில் எங்ஙனம் நீ நீந்துவாய்?” உணர்ச்சியற்ற முகத் தோற்றத்தோடு ஹோலின் விசாரித்தார்.

“உன்னைப் போலவே, எந்த வகையிலும்!”

“நீ நீப்பரை நீந்த முடியுமா, கூறு?”

“சுமார் ஐந்துமுறை,” நான் விடை கூறினேன். மேலும் அது உண்மையுங்கூட, கோடைக் காலத்தில் லேசான உடுப்பு அணிந்து கொண்டதை மனத்தில் நினைத்துக் கொண்டு கூறினேன். “என்னால் சுலபமாக நீந்த முடியும், ஐந்துமுறை திரும்பிவர முடியும்!”

திடீரென்று வெடிச் சிரிப்புடன் ஹோலின், “கொந்தளிக்கும் ஆற்று நீர்ப்பரப்பைச் சீறிக் கடக்கும் வீம்புக்காரர்!” என்றார். அவர்கள் மூவருமே சிரிக்கத் தொடங்கினார்கள். இன்னும் சரி யாகச் சொன்னால் ஹோலினும் பையனுமே சிரித்தார்கள், அதே வேளை கதசோனவ் வெட்கத்தோடு புன்னகை செய்தார்.

ஹோலின் திடீரென்று வினயமிக்கவரானார்.

"சில நேரங்களில் நீ துப்பாக்கி பயன்படுத்துவதுண்டா?" அவர் கேட்டார்.

"ஓ, நரகத்துக்குப் போ!" எனது பொறுமையை இழந்தபடி நான் கூறினேன். அந்தக் கேள்வியில் ஏதோ பிடிமானம் இருக்கிறது என்பது எனக்குத் தெரியும்.

என்னைச் சுட்டிக்காட்டியபடி ஹோலின் பேசினார்: அங்கே, கைப்பிடி வலப்புறமாகப் போகிறது! சுயக்கட்டுப்பாடு இல்லை, தாறுமாறான தசைக்கட்டுகள். ஆனாலும் அவனை மறுகரைக்கு அழைத்துச் செல்லும்படி எங்களை விரும்புகிறான். எதுவும் செய்வதற்கில்லை, என்னரிய இளைஞனே!"

"பிறகு உங்களுக்கு நான் ஒரு படகும் தரமாட்டேன்."

"நாங்களாகவே படகை எடுத்துக் கொள்வோம். எங்களுக்கு என்ன சொந்தமாகக் கைகள் இல்லையா, என்ன? அவ்வாறு வருமேயானால் நான் டிவிஷனல் கமாண்டருக்குத் தெரிவிப்பேன். நீயே சுயமாகப் படகை நதிவரை வல்லந்தமாக இழுத்து வர வேண்டும்!"

சமரசம் செய்யும் பாங்கில் சிறுவன் "ஓ! அதை நிறுத்துங்கள்!" என்று குறுக்கிட்டான். "அவர் நமக்கு ஒரு படகு தருவார்... நீ தரவா மாட்டாய்," எனது முகத்தை உற்றுப் பார்த்தபடி அவன் கூறினான்.

"நான் தர முடியும் என்றே கருதுகிறேன்," சோர்வாகச் சிரித்த படி கூறினேன். எனது சட்டைக் கையைப் பிடித்தபடியே "பிறகு நாம் போய்ப் பார்க்கலாம்!" என்றார் ஹோலின். "நீ இங்கேயே தங்கியிரு," அவர் பையனிடம் கூறினார். "ஆனால் அங்குமிங்கும் விளையாடாதே, ஓய்வு எடுத்துக் கொள்."

மரத்தாலான பெட்டியை ஒரு முக்காலியின் மீது வைத்து அதைத் திறந்தார் கதசோனவ். அதில் பல்வேறு விதமான தொழிற் கருவிகளும், தகர டப்பாக்களும், கந்தல்களும், சணற்கூளமும், காயங்கட்டும் துணிகளும் இருந்தன. பஞ்சு வைத்து தைக்கப்பட்ட எனது சட்டையைப் போடுவதற்கு முன்னதாக, அணிவேலைப் பாடுடைய கைப்பிடியைக் கொண்ட சிறப்புப் படைப் பிரிவுக்குரிய கத்தியை எனது இடைவாருடன் பொருத்திக் கொண்டேன்.

"ஆ, எத்தகைய கத்தி!" பையன் வியந்தான். அவனது கண்கள் பெருமிதத்தால் மின்னின. "எனக்குக் காட்டு!"

நான் அதை அவனிடம் நீட்டினேன். அது கண்டு அவன் களிப்புற்றான்.

"நான் இதை வைத்துக் கொள்கிறேன், என்கிறேன்!"

"என்னால் தர முடியாது என்று அஞ்சுகிறேன்... அது பரிசு, புரிந்ததா?"

நான் அவனை ஏமாற்றவில்லை. அக்கத்தி உண்மையிலே ஓர் அன்புபளிப்புத்தான், எனது மிகச் சிறந்த நண்பன் கன்ஸ்தந்தீன் ஹோலொதவ் நினைவூட்டுச் சின்னமாகத் தந்தது. அவனும் நானும் பள்ளியில் ஒன்றாகவே ஒரே சாய்வு மேசையில் அமர்ந் திருந்தோம், சேர்ந்தே காணப்பட்டோம், ஒரே இராணுவப் பள்ளி யிலேயே எங்கள் பயிற்சியைப் பெற்றுக் கொண்டோம், ஒரே டிவிஷனில், பிறகு ஒரே ரெஜிமெண்டில் ஒன்றாகவே சண்டை யிட்டோம்.

தெஸ்னா நதிக்கரையின் மறைகுழிகளில் செப்டம்பர் மாதத்தின் காலையில் சூரிய உதயத்தின்போது இருந்தேன். வலது கரைக்குச் செல்வதற்காக கன்ஸ்தந்தீன் தனது படைப்பிரிவினருடன் தயாராகிக் கொண்டிருப்பதைப் பார்த்தேன் – எங்கள் டிவிஷனில் அவ்வாறு செய்யும் முதல் கம்பெனி அதுவாகத்தான் இருந்தது. மரக்கட்டைகள், கழிகள் மற்றும் பீப்பாய்கள் இவைகளைக் கொண்டு தயாரிக்கப்பட்டிருந்த படகுகள் நதியின் மையப் பகுதியை அடைந்தபோது, படகு வந்த திசையை நோக்கி ஜெர்மானியர்கள் தங்களது பீரங்கிகளாலும், சிறு பீரங்கிகளாலும் தாக்கத் தொடங்கினார்கள். கன்ஸ்தந்தீனின் படகுக்கு மேலாக வெள்ளை நீரூற்றுப் போல காற்றிலே தெரிந்தது... அதன் பிறகு என்ன நடந்ததென்று என்னால் பார்க்க முடியவில்லை. தொலைபேசியின் இம்முனையில் "கால்த்ஸெவ், முன்னேறுங்கள்...!" எனக் கேட்டது. மறைகுழிக்கு முன் கட்டப்பட்ட சிறு மதிலரணில் தாவிக் குதித்தேன். எனது கம்பெனி முழுக்க நூறு பேருக்கு மேலிருக்கும் – என்னைப் பின்தொடர்ந்தது. நீரின் மறுகோடிக்கு விரைந்தோம். அங்கே அதே போன்ற படகுகள் காத்துக் கொண்டு நின்றன... அரைமணி நேரத்திற்குள்ளாக வலக்கரையில் எங்களி டையே கைகலப்பு ஏற்பட்டது.

அந்தக் கத்தியை என்ன செய்யப் போகிறோம் என்பதை நான் இன்னமும் முடிவு செய்யாது இருந்தேன். அதை வைத்துக் கொள்வதா, அல்லது மாஸ்கோவுக்கு நான் திரும்பும் பொழுது குறுகிய தெருவான அர்பாத் சென்று கன்ஸ்தந்தீனின் வயதான பெற்றோர்களிடம் அவர்களது மகனின் கடைசி நினைவாகக் கொடுப்பதா...?

"வேறொரு கத்தி நான் உனக்குத் தருகிறேன்," பையனுக்கு உறுதி கொடுத்தேன்.

"நான் இதைத்தான் விரும்புகிறேன்!" எனது கண்களை உற்றுப் பார்த்துக் கொண்டு மனம்போல அவன் பேசினான்.

"அதை எனக்குக் கொடு!"

"கால்த்ஸெவ், பிடிவாதம் செய்ய வேண்டாம்," என்று ஹோலின் பக்கத்திலிருந்து ஏற்றுக் கொள்ளாதவாறு கூறினார். அவர் உடையணிந்து கொண்டு எனக்காகவும் கதசோனவுக்காகவும் காத்துக் கொண்டிருந்தார். "மிகவும் அற்பமாக இருக்க வேண்டாம்!"

"நான் உனக்கு வேறொன்று தருகிறேன். இதைப் போலவே இருக்கக் கூடியதாக!" பையனிடத்தில் கூறினேன்.

"அது போல ஒன்றை நீ வைத்துக் கொள்ளலாம்," அதை நன்கு சோதித்துப் பார்த்து விட்டு கதசோனவ் அவனுக்கு உறுதி கூறினார். "நான் உனக்கு ஒன்று பெற்றுத் தருகிறேன்."

"நான் உனக்கு ஒன்று தருவேன், என் சொல்லை நம்பு!" நான் இவானிடம் உறுதி கூறினேன். "இது ஓர் அன்பளிப்பு. இது ஒரு நினைவுச் சின்னம் என்பதைப் புரிந்து கொள்ளவில்லையா?"

"ஓ, நல்லது," எரிச்சலோடு பையன் பேசினான். "நீங்கள் வெளியே செல்லும் வேளையில் நான் அதனை வைத்து விளையாடலாமா..."

"கத்தியைப் பையனிடம் விட்டு விட்டு வா." பொறுமையிழந்த வராக ஹோலின் பேசினார்.

"உங்களோடு நான் ஏன் போக வேண்டும்? என்ன அர்த்தம்?" எனது சட்டைப் பொத்தான்களை மாட்டிக் கொண்டு நன்கு சிந்தித்த பிறகு கூறினேன். "நீங்கள் என்னை உங்களோடு அழைத்துப்

போகவில்லை, மேலும் நானில்லாமலேயே படகுகள் எங்கே இருக்கின்றன என்பது உங்களுக்குத் தெரியும்."

"கூட வா," ஹோலின் என்னைத் தள்ளினார். "என்னோடு உன்னை நான் கூட்டிப் போகிறேன். ஆனால் இன்று இல்லை," என்று உறுதி கூறினார்.

நாங்கள் மூவரும் வெளியேறி, புதர்களின் வழியாக பாதை யமைத்துக் கொண்டு படையின் வலப்புற விளிம்பு நோக்கிச் சென்றோம். மழை பெய்து கொண்டிருந்தது–குளிரோடு கூடிய தூறல் விழுந்து கொண்டிருந்தது. வானம் இருண்டும் மேக மூட்டத்தோடும் காணப்பட்டது. வானில் ஒரு நட்சத்திரங்கூட இல்லை.

கைப்பெட்டியைச் சுமந்தபடி கதசோனவ் எங்களுக்கு முன்னர் சென்றார். காலடி வைத்து நடந்தார். ஓசையின்றி இந்தச் செல் தடத்தை ஒவ்வொரு இரவிலும் அவர் பயன்படுத்திக் கொண்டு வந்திருக்கிறார் என்று ஒருவர் எண்ணும்படி நம்பிக்கை யோடு நடந்தார். நான் மீண்டும் பையனைப் பற்றி ஹோலினிடம் கேட்டேன். போன்தரெவ் கோமெல் என்ற நகரத்திலிருந்து வந்தவன் என்பதை அறிந்து கொண்டேன். ஆனால் போருக்கு முன்னதாக, பால்டிக் பகுதியில் எங்கோ ஓர் எல்லைப்புறத்தில் தனது பெற்றோர்களுடன் வசித்திருக்கிறான். எல்லைப்புறக் காவலாளியாகிய அவன் தந்தை போரின் முதல் நாளன்றே கொல்லப்பட்டார். பின்வாங்கிச் செல்கின்றபோது பதினெட்டு மாதமே நிரம்பிய அவனது தங்கையும் கொல்லப்பட்டாள். சகோதரனுடைய கைகளில் அவள் இருந்தபோது, ஜெர்மானிய குண்டு ஒன்றினால் அவள் கொல்லப்பட்டாள்.

"நீயோ நானோ ஒருபோதும் கற்பனையே செய்து பார்த்திராத வற்றை அவன் கடந்து வந்திருக்கிறான்" என்று ஹோலின் முணு முணுத்தார். "அவன் கொரில்லாக்களோடும் இருந்திருக்கிறான், திரொஸ்தியானேத்ஸ் சாவு முகாமிலும் இருந்தான். அவன் மனத் தில் ஒன்றே ஒன்றுதான் இருக்கிறது. கடைசி மனிதன் வரை பழிவாங்க வேண்டும்! முகாமைப் பற்றியோ, அவனது தந்தை அல்லது சகோதரியைப் பற்றியோ அவன் பேசத் தொடங்குகின்ற போது, அவன் நடுநடுங்கத் தொடங்கி விடுகிறான். ஒரு குழந்தை இதுபோல வெறுக்கும் என்று நான் ஒருபோதும் எண்ணியதில்லை..."

கண நேரம் ஹோலின் அமைதியாக இருந்தார், பிறகு நன்கு கேட்கக் கூடிய அளவில் முணுமுணுத்தபடி பேசினார்:

"சுவோரவ் பள்ளியில் போய்ச் சேரும்படி இரண்டு நாட்களாக அவனிடம் நாங்கள் விவாதித்துக் கொண்டிருந்தோம். அன்பான வார்த்தைகளாலும், அச்சுறுத்தல்களாலும் கமாண்டர்கூட முயன்று பார்த்தார். முடிவில், இதுவே கடைசிமுறை என்ற நிபந்தனையின் பேரில் அவர் இவனை வெளியே போக அனுமதித்தார். இதில் சிக்கல் என்னவென்றால், அவனை வெளியே அனுப்பவில்லை என்றால் எல்லா விஷயங்களும் செயலற்றுப் போய்விடும். அவன் முதன்முதலில் வந்தபோது அவனை வெளியில் அனுப்ப வேண்டாம் என்றே நாங்கள் முடிவு செய்தோம். ஆகவே அவன் தானாகவே வெளியே போய்விட்டான். மேலும் அவன் திரும்ப வந்து கொண்டிருந்தபோது ஷீலின் ரெஜிமெண்டல் புறக்காவல் அரணிற்கு–நமது ஆட்களே அவனைச் சுட்டு விட்டார்கள். அவனுக்குத் தோளில் காயமேற்பட்டது. நாம் அவர்களைக் குற்றம் சொல்ல முடியாது. நல்ல இருண்ட இரவு, யாரையுமே பார்க்க முடியவில்லை...! பார், வளர்ந்த பெரியவர்கள் எவனாலும் செய்ய முடியாத காரியங்களைச் செய்கிறான். உங்களுடைய வேவுப் பிரிவு முழுதும் சேகரிப்பதைவிடக் கூடுதலான தகவல்களைக் கொண்டு வருகிறான். அவர் ஜெர்மானியர்களுடைய படைவரிசையைத் தான் கண்டறிய முடியும், எதிரியினுடைய முன்னணிப் பகுதிக்குச் செல்ல முடியாது. ஒரு வேவுப் பிரிவானது எதிரியின் முன்னணிப் பகுதிக்குச் செல்லவோ ஐந்து அல்லது பத்து நாட்கள் தங்கவோ முடியாது. அதிலும் ஒரு தனிப்பட்ட வேவு மனிதனுக்கு இது மிகவும் அரிதானது. இதில் சிக்கல் என்னவெனில், வயது வந்த ஒருவன் எந்தவித மாறுவேடத்தில் இருந்த போதிலும் எப்பொழுதுமே சந்தேகத்தை எழுப்பி விடுவான். ஆனால் அவன் ஒரு சிறுவனே, வீடற்ற அநாதையே, எதிரியினுடைய பின்னணியை வேவுப் பணிக்குச் சிறந்த முகமூடியாக இருக்க முடியும்... அவனை நீ நன்றாக அறிந்து கொண்டாலே, அத்தகைய பையனைப் பற்றி உன்னால் கற்பனை செய்து பார்க்க முடியும். போருக்குப் பிறகு அவனுடைய தாயார் திரும்பி வரவில்லை என்றால் கதசோனவ் அல்லது லெப்டினன்ட் கர்னல் அவனைத் தத்தெடுத்துக் கொள்ளப் போவதாக முடிவு செய்யப்பட்டுள்ளது..."

"நீ ஏன் கூடாது?"

“நான் பெரிதும் மகிழ்ச்சியடைவேன்,” ஒரு பெருமூச்சு விட்டபடி ஹோலின் கிசுகிசுத்தார். “ஆனால் லெப்டினன்ட் கர்னல் இதற்கு எதிர்ப்பாக இருக்கிறார். எனக்கே கற்பித்துக் கொள்ள வேண்டியவனாக நான் இருக்கிறேன் என்று அவர் கூறுகிறார்!”

லெப்டினன்ட் கர்னலோடு என்னால் உடன்பட முடியும். ஒரு வகையில் ஹோலின் முரட்டுத்தனமானவர்தான், சில நேரங்களில் எரிந்து விழுகின்ற குணமும் உண்டு. உண்மை, பையனுக்கு முன்பாக அவர் தன்னைக் கட்டுப்படுத்திக் கொண்டார். உண்மையிலேயே, சில நேரங்களில் அவர் இவானுக்கு ஓரளவு பயப்படுவது போலவும் எனக்குத் தோன்றியது.

கரையிலிருந்து சுமார் நூற்றி ஐம்பது மீட்டர்களுக்குச் சற்றே குறைந்த அளவில் நாங்கள் திரும்பி ஃபிர் மரக் கொப்புகளால் படகுகள் மூடி மறைத்து வைக்கப்பட்டிருந்த இடத்தை நோக்கிச் சென்றோம். எனது உத்தரவின் பேரில் அவை தயாராக வைக்கப் பட்டிருந்தன. அவற்றைக் கயிறு கட்டி ஒரு திசையில் இழுப்பதுபோல அவைகளுக்கு இரண்டு நாட்களுக்கு ஒருமுறை நீர் தெளித்து வைக்கும்படி செய்திருந்தேன்.

தங்களது கைவிளக்குகளைக் கொண்டு ஹோலினும் கதசோனவும் சோதித்துப் பார்த்தார்கள். மேலே, பக்கவாட்டில், படகுகளை அடிப்புறத்தில் எல்லாவற்றையும் தட்டிப் பார்த்தார்கள். பிறகு அவர்கள் ஒவ்வொரு படகாகத் திருப்பி, உள்ளே ஏறினார்கள். துடுப்புகளை அதனது ஆதார அமைவில் பொருத்தி படகைச் செலுத்திப் பார்த்தார்கள். இறுதியாக, அவர்கள் அகலமான பின்பகுதியைக் கொண்ட ஒரு சிறிய படகை, மூன்று அல்லது நான்கு பேர் உட்காரக் கூடிய மாதிரியில் படகுகளைத் தேர்ந்தெடுத்தார்கள்.

படகைச் சொந்தமாக வைத்திருப்பது போல அதன் சங்கிலியைப் பற்றிக் கொண்டு “நமக்கு இந்த இரும்புகள் வேண்டாம்,” என்று ஹோலின் கூறிவிட்டு, வளையத்தைத் திருகத் தொடங்கினார். “மற்றவற்றை நாம் கரையிலே செய்துகொள்ளலாம். முதலில் நாம் இதை நீரில் முயற்சிக்க வேண்டும்...”

நாங்கள் படகை நகர்த்தினோம். படகின் முன்புறத்தை ஹோலினும், பின்பகுதியை கதசோனவும் நானுமாக புதர்களுக்கிடையே அதனோடு அநேக எட்டுக்கள் வைத்தோம்.

"ஓ, நீங்கள் சரியில்லை...!" ஹோலின் மென்மையாகக் கடிந்து கொண்டார். அதைத் தூக்கி எறியுங்கள்...!"

"படகை தனது முதுகுக்கு நேராக அவர் உயர்த்தினார், அடிப்பகுதி கீழ்நோக்கி இருந்தது, கைகளைத் தனது தலைக்கு நேராக நீட்டிக் கொண்டு படகினது பக்க மேல் விளிம்பைப் பற்றிக் கொண்டு, கரையை நோக்கி நடந்தார், கதசோனவும் சுறுசுறுப்படைந்தார்.

புறக்காவல் அரண்பற்றி எச்சரிப்பதற்காக நான் அவர்களை முந்தி நதிக்கரைக்குச் சென்றேன். வெளிப்படையாக அதற்காகவே தான் அவர்கள் என்னை விரும்பினார்கள்.

தனது சுமையோடு ஹோலின் நீரின் விளிம்பில் மெதுவாக நடைபோட்டு நின்றார்.

எந்த ஓசையும் ஏற்படாதவாறு கவனமாக, படகை நாங்கள் நீரினுள் இறக்கினோம்.

"ஏறுங்கள் உள்ளே!"

நாங்கள் ஏறிக் கொண்டோம். ஹோலின் நகர்த்தி விட்டுத் தாவினார், கரையிலிருந்து படகு நழுவிச் சென்றது. ஒரு துடுப்பை இழுப்பதும், மற்றொன்றை பின்னுக்குத் தள்ளுவதுமாக கதசோனவ் படகைப் பக்கவாட்டில் சுற்றித் திரும்பினார். பிறகு அவரும் ஹோலினும் கவிழச் செய்வதுபோல குனிந்தார்கள். தங்களது எடையை முதலில் ஒரு பக்கத்திலும், பிறகு மற்றொரு பக்கத்திலு மாகச் சாய்த்துக் கொண்டே இருந்தார்கள். பிறகு அவர்கள் அடிப்பகுதியையும், பக்கங்களையும் தட்டிப் பார்த்தார்கள்.

"கையடக்கமான சிறிய படகு!" ஏற்றுக் கொள்ளும் முறையில் கதசோனவ் கிசுகிசுத்தார்.

"இது போதுமானது," உடன்பட்டுப் பேசினார் ஹோலின். "படகுகளைச் சரியாகச் செலுத்துவதில் இந்த இளைஞன் நல்ல நிபுணன்–பழைய குப்பை எதையும் இவன் எடுப்பதில்லை...! கால்த்ஸெவ், உண்மையைச் சொல், எத்தனை படகுச் சொந்தக் காரர்களை நீ கொள்ளையடித்திருக்கிறாய்?"

அவ்வப்பொழுது எந்திரத் துப்பாக்கி வெடிப்பது, பீரங்கி அதிர்வேட்டுப் போல, மறுபுறத்திலிருந்து நதியைக் கடந்து வந்தது.

“பைத்தியம் போல துப்பாக்கியால் அழல் வீசுகிறார்கள்” என்று கதசோனவ் கிசுகிசுத்தார்.

“ஜெர்மானியர்கள் மிகவும் செட்டாக இருப்பவர்களாயிற்றே, ஆனால் எல்லாவற்றையும் வீணாக்கிக் கொண்டிருக்கிறார்கள்! இதுபோல குருட்டுத்தனமாக வெடிப்பதில் என்ன பொருள் இருக்கிறது...? சூரிய உதயத்திற்கு முன்னதாக, அந்த அப்பாவிப் பையன்களை நாம் இழுத்துவர முடியும் என்று நினைக்கிறேன், தோழர் காப்டன்,” என்று அவர் ஹோலினுக்குத் தேர்வுமுறையாக ஆலோசனை கூறினார்.

“இன்று இல்லை. வேறொரு நேரத்தில்...”

கதசோனவ் இலகுவாகக் கரைக்குச் செலுத்தினார். நாங்கள் எல்லாரும் கரையிறங்கினோம்.

“நல்லது, துடுப்புக்கு ஒலிதடுப்புக்கான பொதியுறையிடுவோம், துடுப்பு ஆதார அமைவுக்கு மசகிடுவோம். அவ்வளவுதான்!” என்று ஹோலின் என்னிடம் கிசுகிசுத்தார். “மிக நன்றாகவே. இங்கே, மறைகுழியில் யாரை நீ வைத்திருக்கிறாய்?”

“போர்வீரர்கள், இரண்டு பேர்.”

“ஒருவனை மட்டும் நிறுத்து. தனது வாயை மூடிக்கொண்டு இருக்கும் ஒரு நம்பிக்கையான ஆளாக இருக்கட்டும்! புரிந்ததா? அவனோடு புகைப்பதற்காக வெளியே சென்று ஆளைச் சரி பார்க்கிறேன். புறக்காவல் அரண்பிளாட்டூன் கமாண்டரிடம் 22.00 மணிக்கு பிறகு வேவுப் பிரிவு பெரும்பாலும்–பெரும்பாலும்! என்பதை அவரிடம் சொல்வதற்கு மறந்து விடாதே–மறுபக்கத்திற்குக் கடக்கக் கூடும் என்று எச்சரித்து வைக்கவும். இதற்குள்ளாக எல்லாக் காவல் அரண்களும் எச்சரிக்கப்பட்டுவிட வேண்டும். கரைக்குப் பக்கமாக எந்திரத் துப்பாக்கி உள்ள பெரிய மறைகுழி ஒன்றில் இவனை இருக்க விடு,” நதியின் கீழ்ப்புறத்தைக் காட்டியபடி ஹோலின் பேசினார். “நாங்கள் திரும்பி வருகின்ற போது அவர்கள் எங்கள் மீது சுடுவதற்குத் தொடங்கினால், அவனுக்காக அவனது கழுத்தைத் திருகிவிடுவேன்...! அங்கே யார் போகிறார்கள், எப்படி, ஏன் என்று ஒரு வார்த்தை தெரியக் கூடாது! நினைவில் இருக்கட்டும், இவானைப் பற்றித் தெரிந்த ஒரே ஆள் நீதான்! உன்னிடமிருந்து எழுத்து மூலமாக நான் எதையும் எடுத்துக் கொண்டு போகவில்லை. ஆனால் நீ இதைக் காட்டினால், நான் உனக்கு...”

"என்னை அச்சுறுத்த முயலவேண்டிய அவசியமில்லை," சீற்றத்தோடு கூறினேன். "என்னை என்னவென்று நினைத்துக் கொண்டாய், ஒரு குழந்தையாகவா?"

"நான் அப்படியே நினைக்கிறேன். நீ குற்றமாக எடுத்துக் கொள்ள வேண்டாம்," அவர் எனது தோளைத் தட்டினார். "நான் உன்னை எச்சரிக்க வேண்டியவனாக இருக்கிறேன்... இப்பொழுது, நீ செயல்பட்டாக வேண்டும்."

கதசோனவ் ஏற்கெனவே படகுத் துடுப்பின் ஆதார அமை வோடு சுறுசுறுப்பாகச் செயல்பட்டுக் கொண்டிருந்தார். ஹோலினும் படகுக்குச் சென்று விருவிருப்பாகத் திரிந்தார். ஒரு நிமிட நேரம் அங்கே நான் நின்றேன் பிறகு கரையை விட்டு நடந்து சென்றேன்.

சுற்றுத் தொலைவில் இருந்த புறக்காவல் பிளாட்டூன் கமாண்டரைச் சந்தித்தேன். காவல் அரண்களையும், மறைகுழிகளையும் சுற்றி வந்து பார்த்துக் கொண்டிருந்தார். ஹோலின் என்னிடம் கூறிய முறையில் அவரை அறிவுறுத்தினேன், பிறகு பட்டாளியன் தலைமை நிலையத்திற்குச் சென்றேன். அங்கே சில உத்தரவுகளைப் பிறப்பித்தேன், சிலவற்றில் கையெழுத்திட்டேன். பின்னர் எனது நிலவறைக்குத் திரும்பினேன்.

பையன் தனிமையில் இருந்தான். அவன் முகம் சிவந்து, கோபமாகவும் கிளர்ச்சியுற்றும் இருந்தான். தனது கைகளில் கத்தியை வைத்துக் கொண்டிருந்தான். அவனுடைய கழுத்தில் எனது களதொலைநோக்கிக் கண்ணாடி தொங்கிக் கொண்டிருந்தது. குற்றம் புரிந்த உணர்வு அவனிடம் காணப்பட்டது. நிலவறையானது ஒழுங்கற்றுக் காணப்பட்டது. மேசையானது தலைகீழாகக் கிடந்தது. அது ஒரு போர்வையால் மூடப்பட்டிருந்தது. முக்காலியின் கால்கள் நாற்காலிக்கு மேலாகக் கிடந்தன.

"தயவு செய்து கோபப்படாதே," என்று பையன் கெஞ்சினான். "இது எதிர்பாராது ஏற்பட்டு விட்டது... உண்மையாகத் தான்..."

அதன் பிறகு, அன்று காலையில்தான் சுத்தம் செய்யப்பட்ட தரை விரிப்பில் ஒரு பெரிய மைகறை இருப்பதைப் பார்த்தேன்.

"நீ என் மீது கோபப்படவில்லையா, அப்படியா?" எனது முகத்தைப் பார்த்துக்கொண்டு கேட்டான்.

“உண்மையாகவே இல்லை,” நிலவறை ஒழுங்கற்று இருப்பதும், தரை விரிப்பில் மை பட்டிருப்பதும் எனது மனநிலைக்கு மாறு பட்டதாக இருந்தாலுங்கூட, என்று பதிலளித்தேன்.

ஒரு வார்த்தைகூடப் பேசாதபடி எல்லாவற்றையும் திரும்பவும் அதனுடைய இடங்களில் வைத்தேன். பையன் எனக்கு உதவி செய்தான். தரை விரிப்பைப் பார்த்துவிட்டுக் கேட்டான்: “கொஞ்சம் நீர் சூடாக்கித் தர முடியுமா? நீரும் சோப்பும்... அதை நான் கழுவி விடுகிறேன்!”

“அதைப் பற்றிப் பொருட்படுத்த வேண்டாம். நாங்கள் அதைப் பார்த்துக் கொள்கிறோம்...”

பசியை உணரவே தொலைபேசி மூலமாக ஆறு பேருக்கான இரவுச் சாப்பாட்டிற்கு உத்தரவிட்டேன். படகோடு குழம்பிப் போனது போல, ஹோலினும் கதசோனவும் என்னைப் போலவே பசியோடு இருப்பார்கள் என்று உறுதியாக நம்பினேன். சாரணர் கள் பற்றிய கதையுடன் கூடிய அந்தச் சஞ்சிகையைப் பார்த்தபடி, “நல்லது, அதை நீ படித்தாயா?”

“ஹூம்... பரபரப்பான ஒன்று. என்னைக் கேட்டால், இப்படி எல்லாம் நடக்காது என்பேன். அவர்கள் வேலையை ஒழுங்காகச் செய்யலாம். ஆனால் அந்த மனிதர்களோ அதன் பிறகு தங்களது நெஞ்சுப்பட்டைகளில் பதக்கங்களைக் குத்திக் கொள்கிறார்கள்.”

“நீ எதற்காக உனது பதக்கத்தைப் பெற்றாய்?” எனக் கேட்டேன்.

“அது நான் கொரில்லாக்களோடு இருந்தபோது கொடுக்கப் பட்டது...”

“நீ ஒரு கொரில்லாவாகவா இருந்தாய்?” வியப்போடு அப்போதுதான் முதன் முறையாகக் கேள்விப்படுவது போலக் கேட்டேன். “எதற்காக அதிலிருந்து வெளியேறினாய்?”

“அவர்கள் எங்களைக் காட்டில் சூழ்ந்து கொண்டார்கள். ஆகவே நான் விமானம் மூலம் தப்பி வந்து விட்டேன். விடுதி வசதி கொண்ட பள்ளிக்கு அனுப்பப்பட்டேன். ஆனால் விரைவி லேயே ஒரு பித்தலாட்டம் செய்தேன்.”

“ஓடி விட்டாயா?”

"ஆமாம். அங்கு மிகுந்த துயரத்தை அனுபவிக்கவே, என்னால் அங்கு நிலைத்து நிற்க முடியவில்லை. வேலையில்லாமல் நல்ல ரொட்டியைச் சாப்பிட்டுக் கொண்டிருந்தேன். நாம் செய்த தெல்லாம் மனப்பாடம் செய்ததுதான். மீன்கள், முதுகெலும்பு உள்ள விலங்குகள், நீர்வாழ் உயிரினங்கள்... அல்லது மனித வாழ்க்கையில் புல் பூண்டுகளைத் தின்று வாழும் விலங்குகளைப் போல இருப்பது..."

"இந்த விஷயங்களையும் நீ தெரிந்துகொள்ளத்தானே வேண்டும்."

"ஆமாம், வேண்டும். ஆனால் இப்பொழுது அவை எதற்காக எனக்குத் தேவைப்படுகிறது? அதனால் என்ன பயன்...? ஒரு மாத காலம் அங்கே தங்கியிருந்தேன். இரவு வேளைகளில் விழித்துக் கொண்டு, நான் ஏன் இங்கிருக்கிறேன், எதற்காக என்று சிந்திக்க ஆரம்பித்தேன்..."

"ஒரு விடுதிப் பள்ளி சரியான ஒன்றல்ல" என நான் ஒத்துக் கொண்டேன். "உனக்கு என்ன தேவை என்றால் சுவோரவ் பள்ளி தான். நீ சுவோரவ் பள்ளியில் இருந்தால் மிகவும் சிறப்பாக இருக்கும்!"

"ஹோலின் உனக்குப் பாடம் சொல்லித் தந்தாரா?" பையன் சந்தேகத்தோடு என்னைப் பார்த்தபடி விரைவாகக் கேட்டான்.

"ஹோலினுக்கு இதில் என்ன சம்பந்தம் இருக்கிறது? இது நானாக யோசித்ததுதான். உன் பங்குக்கு நீ சண்டையிட்டிருக்கிறாய், கொரில்லாக்களோடும், வேவுப் பிரிவினரோடும் இருந்திருக்கிறாய். உனக்கென ஒரு பெயரைச் சம்பாதித்து விட்டாய். இப்பொழுது உனக்கு என்ன தேவையென்றால் சிரமமில்லாமல் போய்ப் படிப்பதுதான்! எத்தனை சிறப்புக்குரிய அதிகாரியாக நீ மாற முடியும்...!"

"ஹோலின் இதை உனக்குச் சொல்லிக் கொடுத்திருக்கிறார்!" குற்றவாளியென முடிவு செய்யும் பாங்கில் திரும்பவும் கூறினான் பையன். "ஆனால் அதில் பயனில்லை...! ஓர் அதிகாரி ஆவதற்கு எனக்கு நிறைய காலம் இருக்கிறது. போர் நடந்து கொண்டிருக்கும் வேளையில், எதற்கும் பயன்படாத ஆள்தான் எதையும் சாதா ரணமாக எடுத்துக்கொள்ள முடியும்."

"இது உண்மைதான், ஆனால் நீ இன்னமும் ஒரு சிறு பைய னாகத்தானே இருக்கிறாய்!"

"சிறு பையனா…? சாவு முகாமில் நீ எப்பொழுதாவது இருந்திருக்கிறாயா?" திடீரென்று கேட்டான், அவன் கண்கள் கோபத்திலே கழன்று எரிந்தன. குழந்தை போல் இல்லாது வேதனை யால் தனது மேல் உதட்டை நெளித்துக் கொண்டான். நான் என்ன செய்ய வேண்டும் என்று எனக்குச் சொல்ல வேண்டாம்!" உணர்ச்சிவசப்பட்டுக் கத்தினான். "நீ… உனக்கு ஒரு விஷயம் தெரியாது, உன்னுடைய அறிவுரைகளை உன்னிடமே வைத்துக் கொள்…! எல்லாம் வீணாகத்தான்!"

அநேக நிமிடங்களுக்குப் பிறகு ஹோலின் உள்ளே வந்தார். மரத்தாலான சிறிய கைப்பெட்டியைத் தட்டிப் படுக்கைக்குக் கீழே திணித்தார். முக்காலியில் குனிந்து கொண்டு வேட்கையோடு தீவிரமாக புகையை இழுத்துக் கொண்டு புகைக்க ஆரம்பித்தார்.

இதனை ஏற்றுக்கொள்ளாத முறையில் பையன் "எல்லா நேரமும் புகைத்துக் கொள்கிறாய்," என்று குறிப்பிட்டான். கத்தியைப் பார்த்துப் புகழ்ந்து கொண்டிருந்தான். அதனை உறை யிலிருந்து எடுத்து தனது வலது கையிலிருந்து இடது கைக்கு மாற்றிக் கொண்டிருந்தான். "புகைப்பது உன்னுடைய நுரையீரல் களைப் பச்சையாக்கி விடுகிறது."

"பச்சையாகவா?" ஹோலின் சிரித்துக் கொண்டே வியந்தார். "அப்படி என்றால் என்ன? அவைகளை யாரும் பார்த்தது இல்லை."

"நீ புகைப்பதை நான் விரும்பவில்லை. எனக்குத் தலை வலிக்க ஆரம்பித்து விடுகிறது."

"நல்லது, நான் வெளியே போய் விடுகிறேன்."

ஹோலின் எழுந்து நின்று ஒரு புன்னகையுடன் பையனை உற்றுப் பார்த்தார். சிவந்துபோன அவனது முகத்தைக் கவனித் தவராய் அருகே சென்று பையனின் நெற்றியில் தனது கையை வைத்தார். இப்போது அவருடைய முறைமாற்று, வெறுப்புடன் கூறினார்:

"நீ மறுபடியும் விளையாட ஆரம்பித்து விட்டாய்…? எந்த வகையிலும் இது நல்லதல்ல! கீழே உட்கார்ந்து ஓய்வு எடு. வா, கீழே உட்கார்!"

கீழ்ப்படிந்தவனாய் பையன் தட்டிப் படுக்கையின் மேல் அமர்ந்தான். ஹோலின் மற்றுமொரு சிகரெட்டை எடுத்துக் கொண்டு, பயனற்ற மிச்சத் துண்டின் பக்கம் பற்ற வைத்துக்

கொண்டு, தனது தோளில் மேலங்கியைப் போட்டுக் கொண்டு வெளியேறினார். பிறகு அவர் சிகரெட்டைப் பற்றவைத்தபோது அவருடைய கைகள் நடுங்கிக் கொண்டிருந்ததை நான் கவனித்தேன். நானும் 'திருத்தமற்ற நரம்புகளைக்' கொண்டிருக்கலாம், ஆனால் அவரோ சண்டையின்போது மிகுந்த நரம்புத் தளர்ச்சியை உணர்ந்தார். கூர்மையான நோக்குடையவராக இருந்த போதிலுங் கூட ஏதோ ஒரு மாதிரி நினைவு அற்றவராகவும் கவலையுடையவராகவும் தோன்றினார் என நினைத்தேன். தரை விரிப்பில் இருந்த மைக்கறையை அவர் கவனிக்கவில்லை. மொத்தத்தில் அவர் எனக்கு விநோதமாகக் காணப்பட்டார். ஒருவேளை அது எனது கற்பனையாகக் கூட இருக்கலாம்.

பத்து நிமிடங்களாக வெளியே புகைத்துக் கொண்டு இருந்து விட்டு (வெளிப்படையாகவே சங்கிலித் தொடர் போன்ற புகைப் பிடித்தல்தான்) அவர் திரும்பி வந்து என்னிடம் கூறினார்: "இன்னும் ஒன்றரை மணி நேரத்தில் நாம் புறப்படவிருக்கிறோம். நாம் இரவுச் சாப்பாட்டை முடித்துக் கொள்ளலாம்."

"கதசோனவ் எங்கே?" பையன் கேட்டான்.

"டிவிஷனல் கமாண்டரால் அவர் அவசரமாக அழைக்கப்பட்டார். அவர் வெளியே சென்றிருக்கிறார்."

"வெளியே சென்றுள்ளாரா?!" பையன் திடீரென்று உட்கார்ந்தான். "என்னைப் பார்ப்பதற்கு வராமல் கூட, எனக்கு வாழ்த்துக்களைத் தெரிவிக்காமல் கூட அவர் சென்று விட்டாரா?"

"அவர் போயிருக்க மாட்டார்! அது ஓர் அவசர அழைப்பு – ஓர் எச்சரிக்கை," – ஹோலின் விளக்கினார். "அங்கே என்ன நடந்ததென்று என்னால் கற்பனை செய்ய முடியவில்லை... நமக்கு அவர் தேவை என்பதை அவர்கள் மிக நன்றாக அறிவார்கள்..."

"அவர் ஒரு நிமிடம் வந்து போயிருக்க முடியும். அவர் தன்னைத் தானே ஒரு நண்பன் என அழைப்பார்..." துயரம் தோய்ந்த கலவரமான தொனியில் பையன் பேசினான். அவன் முற்றாக நிலைகுலைந்து போனான்.

முகத்தை சுவர்ப் பக்கம் திருப்பியவாறு ஓர் அரைநிமிட நேரம் அவன் மௌனமாக இருந்தான், பிறகு திரும்பி "ஆக, நாம்

இருவர் மட்டுமே போய்க் கொண்டிருக்கிறோமா?" என்று கேட்டான்.

"இல்லை, நாம் மூவர். அவரும் நம்முடனே வந்து கொண்டிருக்கிறார்," எனது திசையில் லேசாகத் தலையாட்டியபடி ஹோலின் கூறினார்.

நான் அவரை வெறுமையாகக் கூர்ந்து நோக்கினேன். பிறகு அவர் கிண்டல் செய்கிறார் என எண்ணியபடி புன்னகை செய்தேன்.

"புதிய வாசற்படியில் நிற்கும் ஒரு பசுவைப் போல என்னை நீ வெறித்துப் பார்க்க வேண்டிய அவசியமில்லை. நான் வினயமாகத்தான் பேசிக்கொண்டிருக்கிறேன்," அவர் சோர்வுற்றவராகவும் ஆர்வங்கொண்டவராகவும் காணப்பட்டார்.

"என்னால் அதை இன்னமும் நம்ப முடியவில்லை, ஆனால் எதுவுமே சொல்லவில்லை."

"நீயாகவே போக வேண்டுமென்று விரும்பவில்லையா? நீ கேட்டாயே! ஆனால் இப்போது அஞ்சிப் பின்வாங்குகிறாயா?" கேட்டார். அவரது இறுமாப்பான தோற்றம் மனவுறுதியை இழக்கச் செய்தது. அவர் கேலி செய்யவில்லை என்ற எண்ணம் எனக்குத் திடீரென்று உதயமாயிற்று.

"நான் ஒன்றும் அஞ்சிப் பின்வாங்கவில்லை!" என்று உறுதியாக அறிவித்தேன். எனது நகைத்திறனை வரவழைத்துக் கொள்ள முயன்றேன். "அது மிகவும் எதிர்பாராதது..."

"வாழ்க்கையில் ஒவ்வொன்றும் எதிர்பாராதவைதாம்," ஹோலின் சிந்தனைவயப்பட்டவராகச் சொன்னார். "நான் உன்னை அழைத்துச் செல்ல மாட்டேன், என்னை நம்பு, ஆனால் இது அவசியமாகிவிட்டது. பார், கதசோனவ் அவசரமாக அழைக்கப் பட்டு விட்டார், தெரியுமா? அங்கே என்ன நடந்தது என்பதை என்னால் கற்பனையே செய்து பார்க்க முடியவில்லை... இரண்டு மணி நேரத்தில் நாம் திரும்பி விடலாம்," அவர் எனக்கு உறுதி தந்தார். "ஆனால் அதை நீயாகத்தான் முடிவு செய்ய வேண்டும். நீயாகத்தான்! ஏதாவது நடந்து விட்டால் பழியை என் மீது நீ போடுவதற்கு நான் விரும்பவில்லை. அனுமதியின்றி நீ குறுக்கே கடந்து சென்றதை அவர்கள் கண்டுபிடித்தால், நம் இருவருக்குமே அது கழுத்துப் பிடியாகத்தானிருக்கும். ஆகவே பிற்பாடு

சிணுங்கிக் கொண்டிருக்கக் கூடாது: 'ஹோலின் சொன்னார், ஹோலின் என்னிடம் கேட்டார், ஹோலின் என்னை அப்படிச் செய்து விட்டார்...!' நினைவில் இருக்கட்டும், இந்தப் பணிக்கு நீயாகவேதான் வலிய வந்தாய். இப்பொழுது நீ செய்தாய், இல்லையா...? ஏதாவது நடக்கும் தறுவாயில், உண்மையில், தண்டனையை நான் ஏற்றுக் கொள்கிறேன், ஆனால் எந்த வகையிலும் நீ தண்டனையில்லாமல் போக முடியாது...! உன்னுடைய இடத்தில் யாரை வைத்துவிட்டு வரப் போகிறாய்?" சற்று இடைவெளிக்குப் பிறகு அவர் கேட்டார்.

"எனது அரசியல் உதவியாளர்... கொல்பாஸவை," கண நேரச் சிந்தனைக்குப் பிறகு கூறினேன். "அவர் ஒரு துணிச்சலான நபர்..."

"ஆமாம், அவர் ஒரு துணிச்சலான நபர். ஆனால் அவரோடு நமக்கு எந்தவிதமான விஷயமும் இல்லை. அரசியல் உதவியாளர்கள் கொள்கையைச் சார்ந்து நிற்கக் கூடியவர்கள். நீ எங்கே இருக்கிறாய் என்பதை நீ அறியும் முன்னரே அவர்கள் உன்னை அரசியலுக்கு விரைந்தனுப்பி விடுவார்கள், அதன் பிறகு கடவுள் உங்களைக் காப்பாற்றுவாராக!" ஹோலின் தனது விழிகளை உருட்டிக் கொண்டு அசட்டுச் சிரிப்போடு கூறினார்.

"பிறகு கூஷ்சின், ஐந்தாவது கம்பெனியின் கமாண்டரை."

"உனக்கு நன்றாகத் தெரியும், நீயே முடிவு செய்!" என்றார் ஹோலின். "ஆனால் இவையெல்லாம் எதற்கென்று அவரிடம் கூற வேண்டாம். குறுக்காகக் கடந்து எதிர்ப்புறம் செல்கிறாய் என்பது புறக்காவல் அரணுக்கு மட்டுமே தெரிய வேண்டும். புரிந்ததா...? இதோ, எதிரி பாதுகாப்பாக இருப்பதைக் கருதி அவருடைய பங்காக தீவிரமான எந்த நடவடிக்கைகளும் எதிர்பார்க்கப்படவில்லை. பிறகு என்ன நடக்கும்...? உண்மையில் ஒன்றுமில்லை! இத்துடன், உனக்காக ஒருவரை வைத்துவிட்டுப் போகிறாய், மேலும் இரண்டு மணி நேரத்திற்கு மேலாக நீ இல்லாது இருக்கப் போவதுமில்லை. எங்கே...? அப்படியே இருந்தாலும் உன்னால் கிராமம்வரை சென்றுவர முடியாதா? நீயும் ஒரு மனிதன்தானே, நினைவிருக்கட்டும்! இரண்டு மணி நேரத்தில் நாம் திரும்பி விடுவோம். கூடுதலாகப் போனால் மூன்று மணி நேரம். இது என்ன பெரிய விஷயம்...!"

இவையெல்லாவற்றையும் அவர் எனக்குச் சொல்லியிருக்க வேண்டியதில்லை. உண்மையில், இது ஒரு சிக்கலான விஷயம், மேலும் தலைமை நிலையத்திற்கு இதுபற்றித் தெரியவருமே யானால் மிக மோசமான வாக்குவாதங்கள் ஏற்படும். ஆனால் எனது மனம் அதற்குத் தயாராகி விட்டது, பின்விளைவுகளைப் பற்றி எண்ணிப் பார்க்க நான் மறுத்து விட்டேன். கையிலிருக்கும் வேலையைத் தவிர மற்ற எதையும் என்னால் நினைத்துப் பார்க்க முடியவில்லை.

வேவு பார்க்கும் பணியில் இதற்கு முன்னர் நான் ஒருபோதும் சென்றதில்லை. உண்மை, சுமார் மூன்று மாதங்களுக்கு முன்னால் என்னுடைய கம்பெனி வேவு பார்க்கும் போரை மேற்கொண்ட போது, நல்ல வெற்றியும் கிடைத்தது. ஆனால் வேவுபார்க்கும் போரில் என்னதான் இருக்கிறது...? எதார்த்தத்தில், அது ஒரு சாதாரண போர், குறைந்தளவு ஆட்களோடு சுருக்கமான முறை யில் மேற்கொள்ளப்பட்டது.

இயற்கையாகவே, வேவு பார்ப்பதற்காக ஒருபோதும் நான் சென்றிருந்ததில்லை, அந்த எண்ணமே பெரும் கிளர்ச்சியை ஏற்படுத்தியது.

# 5

இரவுச் சாப்பாடு கதவுக்குக் கொண்டு வரப்பட்டது. நானே வெளியே சென்று சாப்பாட்டுத் தட்டுக்களையும், தேநீர்க் கோப்பை யையும் எடுத்து வந்தேன். பாண்டத்தில் புளித்த பாலையும், உப்பிட்டு பதனம் செய்யப்பட்ட மாட்டிறைச்சி கொண்ட தகர டப்பாவையும் மேசையின் மேல் வைத்தேன். நாங்கள் உணவு சாப்பிட்டோம். பையனும் ஹோலினும் மிகக் குறைவாகத்தான் சாப்பிட்டார்கள், நானுங்கூட கொத்தியெடுத்தது போலவே சாப்பிட்டேன். பையன் கவலையாக இருந்தான், ஏதோ ஒருவித கவலை வெளிப்பட்டது. கதசோனவ் வந்து அவனுக்கு வாழ்த்துச் சொல்லி அனுப்பாதது, அவனது உணர்வுகளை ஆழமாகப் பாதித் திருக்கும் என்பதுபோலக் காணப்பட்டது. உணவு முடிந்தது, அவன் திரும்பவும் தட்டிப் படுக்கையில் போய் அமர்ந்தான்.

மேசை சுத்தம் செய்யப்பட்டபோது, ஹோலின் தனது வரைபடத்தை விரித்துத் திட்டங்களை என்னிடம் விளக்கலானார்.

நாங்கள் மூன்று பேரும் மறுபுறத்தைக் கடந்து செல்ல வேண்டும், புதர்களில் படகை விட்டுச் செல்ல வேண்டும். ஏறத்தாழ அறுநூறு மீட்டர் தொலைவிற்கு நதியின் மேற்புறத்தில் நீரின் விளிம்பை ஒட்டினாற்போல இடுக்கு வழியை அடைகின்ற வரை செல்ல வேண்டும். வரைபடத்தில் இவை எல்லாவற்றையும் ஹோலின் சுட்டிக்காட்டினார்.

"உண்மையில், இடத்தை நோக்கி நேரடியாகச் செலுத்துவது என்பது மிகவும் நல்லது, ஆனால் அங்குள்ள கரையோ வெறு மையான இடமாக இருக்கிறது. படகை மறைத்து வைப்பதற்கான இடங்கூட ஏதுமில்லை," என்று அவர் விளக்கினார்.

மூன்றாவது பட்டாளியனை எதிர்நோக்கி இருக்கக் கூடிய எதிரியினுடைய முன்னணி பாதுகாப்பு வரிசை நோக்கி இந்த இடுக்குவழி வழியாகப் பையன் நழுவிச் செல்ல வேண்டும்.

கண்டுபிடிக்கப்படும் தருணத்தில் ஹோலினும் நானும், நீரின் விளிம்பிலிருந்து நாங்களாகவே வெளியேறி, சிவப்பு ஒளியைக் காட்டி, எங்களது பீரங்கிப்படைக்குத் தயாராகும்படி ஒரு சமிக் ஞை காட்டி பையன் படகுக்குத் திரும்புகின்றவரை "எந்த வகையிலேனும்" எதிரியின் கவனத்தைத் திசை திருப்ப வேண்டும். கடைசியாகப் பின்வாங்கி வரவேண்டியது ஹோலின் ஆவார்.

பையன் கண்டுபிடிக்கப்படுகின்ற நிலையில் "துணை செய்யும் ஆயுதங்களான" இரண்டு 76 எம்.எம். துப்பாக்கி பீரங்கித் தொகுதிகள், இரண்டு 120 எம்.எம். சிறு பீரங்கித் தொகுதிகள், இரண்டு சிறு பீரங்கித் தொகுதிகள், ஓர் எந்திரத் துப்பாக்கி கம்பெனி ஆகியன, எங்களது சமிக்ஞையின் பேரில் தீவிரமான குண்டு வீச்சின் மூலம், எதிரிகளைக் கண்மண் தெரியாமல் தாக்கி ஆற்றலிழக்கச் செய்து, இடைவழியின் இரு மருங்கிலும் உள்ள தங்களது மறைகுழிகளிலும், இன்னும் தொலைவாக இடது புறத் திலும் உள்ள ஜெர்மானியர்கள் அப்படியே நிலைத்து நிற்குமாறு, இடைத்தடையிடும் திட்டமிட்ட குண்டுமாரிப் பொழிந்து, படகை நோக்கிய நமது பின்வாங்கலைப் பாதுகாப்பாக இருக்கும்படி பார்த்துக் கொள்ளும்.

இடது கரையின் ஒத்துழைப்புக்கான சமிக்ஞைகள் குறித்து ஹோலின் என்னிடம் கூறினார், விவரங்களைத் திரும்பவும் கூறினார், பிறகு கேட்டார்: "எல்லாமே தெளிவாக இருக்கிறதா?"

"நான் அப்படித்தான் நினைக்கிறேன்."

சற்று இடைவெளிக்குப் பிறகு, என்னை எது வருத்திக் கொண்டிருக்கிறதோ அதுபற்றி அவரிடம் பேசினேன். "குறுக்கே கடந்து, சென்ற பிறகு இருட்டில் தனியாக விடப்பட்ட போது பையன் தனது தைரியத்தை இழந்துவிட மாட்டானா? குண்டு வீச்சின்போது அவன் துன்பப்படாது இருக்க முடியுமா?"

ஹோலின் விளக்கினார்: இவான்–பையன் இருந்த திசை நோக்கி ஒரு தலையசைப்பு–கதசோனவுடன் சேர்ந்து, சந்திப்பு இலக்கில் உள்ள எதிரியின் கரையை மூன்றாவது பட்டாளியன் இருக்கும் கண்காணிப்பு நிலைகளனிலிருந்தும் பல மணி நேரங்கள் ஆராய்ச்சி செய்திருக்கிறான். ஒவ்வொரு புதரும், அங்குள்ள கரையின் ஒவ்வொர் அங்குலமும், அவனுக்குத் தெரியும். குண்டு வீச்சைப் பொருத்தமட்டில் நமது பீரங்கிப் படை குறியிலக்கை ஒரு குறிப்பிட்ட வரையறைக்குள் கொண்டதாக வைத்துக் கொண்டு எழுபது மீட்டர் அகலத்திற்கு ஒரு 'சந்தை' திறவையாக விட்டுவைப்பார்கள். எத்தனை எதிர்பாராத விபத்துக்கள் நடக்கப் போகின்றனவோ என்று நான் நினைத்துக் கொண்டிருந்தேன், ஆனால் நான் எதுவுமே பேசவில்லை. பையன் கருத்தூன்றியவாறு கூரையையே பார்த்துக் கொண்டிருந்தான். அவனது முகத்திலே வேதனையின் சாயல் தென்பட்டது. மேலும் இதில் அக்கறை கொள்ளும் அளவுக்கு எங்களது உரையாடல்கள் அவனைப் பற்றி குறிப்பிடாதது போலவே இருந்தது. வரைபடத்திலுள்ள நீலநிறக் கோடுகளை உற்றுக் கவனித்தேன் – ஜெர்மானியர்களுடைய பாதுகாப்புக்கான ஏறுபடியணி ஆழத்தில் இருந்தது–உண்மையில் அவை எப்படிக் காணப்பட்டன என்பதைக் கற்பனை செய்து கொண்டபடி அமைதியாகக் கேட்டேன்:

"கடப்பதற்கு மிகச் சரியான இடத்தைத் தேர்ந்தெடுத்து விட்டோம் என்று நீ உறுதியாக இருக்கிறாயா? எதிரியினுடைய வரிசையில் அவ்வளவு நெருக்கமில்லாத பகுதி ஏதேனும் இல்லையா? அதில் எந்தவித மோசமான பகுதியோ, இடை வெளியோ இல்லை என்று கருதுகிறாயா, சந்திப்புகளில் கூட? சொல்."

கிண்டல் செய்யும் தோரணையில் கண்ணைச் சுருக்கிக் கொண்டு ஹோலின் என்னைப் பார்த்தார்.

"போர்ப் பிரிவில் இருக்கக்கூடிய உன்னைப் போன்ற ஆட்கள் உங்களுடைய மூக்கிற்கு அப்பால் ஓர் அங்குலத்தைக் கூடப் பார்க்க மாட்டீர்கள்," என்று அவர் அலட்சியமாகக் கூறினார்.

“எதிரியினுடைய படைகள் உங்களை எதிர்நோக்கி இருப்பதாகவே எப்பொழுதும் நினைக்கிறீர்கள். அதே வேளை மற்றவைகள் தோற்றத்தில் வலுவற்றதாகவே காணப்படுகிறது! நாங்கள் எங்களது தேர்வைச் சரியாகச் செய்யவில்லை என்றோ, உன்னை விடக் குறைவாகப் புரிந்து கொண்டோம் என்று நீ கருதுகிறாயா...? நீ தெரிந்துகொள்ள விரும்பினால், முன்னணி முழுக்க ஜெர்மானி யர்களால் ஊடுருவப்பட்டு வருகிறது. – இங்கே அதற்குரிய இடம் இல்லை! சந்திப்புகளைப் பொருத்தமட்டில், அவர்கள் விழிப்போடு இருக்கிறார்கள், அவர்கள் ஒன்றும் முட்டாள்கள் அல்ல. இந்த நாட்களில் யாரும் முட்டாளாக இருப்பதில்லை! அநேக கிலோ மீட்டர்கள் தூரத்திற்கு உறுதியான பாதுகாப்புச் சுவர் உண்டு, பெருமூச்சுவிட்டபடி ஹோலின் தொடர்ந்தார். “என்ன விந்தையான மனிதனாக இருக்கிறாய், இந்த இடத்தில் டஜன் கணக்கான முறை இருந்திருக்கிறோம். என்னிடமிருந்து நீ அறிய வேண்டிய இவை போன்றவைகளைப் போகிற போக்கில் தீர்மானிக்க முடியாது...!”

அவர் எழுந்தார், பையனுக்கு அருகிலே தட்டிப் படுக்கையில் அமர்ந்து தாழ்ந்த குரலில் அவனுக்குக் கட்டளைகளைக் கூறத் தொடங்கினார். இது முதல்முறை இல்லை என்று நான் சந்தேகித்தேன்.

“இடுக்கு வழியில் ஓரமாகவே நெருங்கிச் செல். அடிப்பகுதி முழுவதுமே வெடிகள் வைக்கப்பட்டது என்பதை மறந்து விடாதே... அடிக்கடி நின்று கவனி. திடீரென நின்று கவனி! மறைகுழிகள் எல்லாவற்றிலும் காவல் போடப்பட்டிருக்கின்றன, ஆகவே ஊர்ந்து செல், பொறுத்திரு... சுற்றிவரும் காவலர்கள் கடந்த உடனேயே, மறைகுழியைத் தாண்டிச் சென்று, மேற்கொண்டு முன்னேறிச் செல்...”

ஐந்தாவது கம்பெனி கமாண்டர் கூஷ்சினுடன் தொலை பேசியில், எனக்காகப் பொறுப்பில் அவரை விட்டுச் செல்வதையும், தேவையான கட்டளைகளையும் பிறப்பித்தேன். தலைகுனிந்து ஹோலினுடைய தாழ்ந்த குரலைத் திரும்பவும் கேட்டேன்:

“ஃபியோதரவ்கா கிராமத்தில் நீ காத்திருக்க வேண்டும்... தலையை வெளியே காட்டி விடாதே! எது செய்தாலும் கவனமாக இரு!”

"செய்வதைக் காட்டிலும் சொல்வது எளிமையானது கவனமாக இருக்கவும்!" என்றான் பையன். அவனுடைய குரலிலே ஒருவிதச் சுரிப்புத் தென்பட்டது.

"எனக்குத் தெரியும்! ஆனால் நீதான் செய்ய வேண்டும்! மேலும் எப்போதும் நினைவிருக்கட்டும் – நீ தனிமையில் இருக்கவில்லை! நினைவிருக்கட்டும், நீ எங்கே இருக்கிறாய் என்பது ஒரு பொருட்டல்ல. எல்லா நேரமும் உன்னை நான் நினைத்துக் கொண்டே இருக்கிறேன். அதுபோலவேதான் லெப்டினன்ட் கர்னலும்..."

"என்னைப் பார்க்காமலேயே கதசோனவ் போய்விட்டார்," குழந்தைக்கேயுரிய முரண்பாடான போக்கில் அவன் திரும்பவும் புகார் செய்தான்.

"ஆனால் அவரால் முடியவில்லை என்று நான் உனக்குக் கூறினேன்! அவர் அவசரமாக அழைக்கப்பட்டார். இல்லையென்றால்... அவர் உன்னை விரும்புகிறார் என்பதை நீ மிக நன்றாக அறிவாய்! அவருக்கு இந்த உலகத்தில் வேறு யாருமே இல்லை என்பதும் உனக்குத் தெரியும்! உனக்குத் தெரியும், இல்லையா?"

"எனக்குத் தெரியும்," என்று பையன் முணுமுணுத்தான், அவனது குரலிலே மறை இடர் தொனித்தது. "இருப்பினும், அவரால் வந்து போயிருக்க முடியும்..."

ஹோலின் அவனுக்கு அருகிலே அமர்ந்தார். செம்மை செய்யப்பட்ட சணல் போன்ற நிறமுடைய அவனது தலைமயிரை வருடிக் கொடுத்தார். அவனிடம் ஏதோ கிசுகிசுத்தார். அதைக் கேட்காமலிருக்க நான் முயன்றேன். செய்வதற்கு ஏராளமான விஷயங்கள் இருக்கின்றன என்பதையும், பரபரப்பு அடைந்து மிகக் குறைந்த முடிவையே பெறுவதையும் நான் கண்டுபிடித்தேன். பிறகு அதை விட்டுவிட்டு, எனது தாயார்க்கு ஒரு கடிதம் எழுதுவதற்காக உட்கார்ந்தேன். ஒரு பணி நிமித்தம் புறப்படுவதற்கு முன்பாக, தங்களுடைய நெருக்கமானவர்களுக்கு எல்லாச் சாரணர்களுமே கடிதம் எழுதுவார்கள் என்பது எனக்குத் தெரியும். ஆனால் ஒருவித படபடப்பை உணர்ந்தேன், எனது கவனத்தை அதில் என்னால் செலுத்த முடியவில்லை. பென்சிலால் ஓர் அரைப் பக்கம் எழுதிய பிறகு அதைக் கிழித்து நெருப்பில் எறிந்தேன்.

“நேரமாகிறது,” தனது கைக்கடிகாரத்தைப் பார்த்தபடி எழுந்துகொண்டே ஹோலின் என்னிடம் கூறினார். ஜெர்மன் கைப்பெட்டியை பெஞ்சின் மீது வைத்தார், தட்டிப் படுக்கைக்குக் கீழேயிருந்து பொட்டலத்தை இழுத்து அதைப் பிரித்தார். அவரும் நானும் உடை உடுத்திக் கொள்ளத் தொடங்கினோம்.

பருத்தியினாலான உள்ளாடைக்கு மேலான ஓர் அருமையான கம்பெனி காற்சட்டையையும், ஸ்வெட்டரையும் அணிந்தார், பிறகு தளர் உடையையும், காற்சட்டையும் அணிந்தார், அதற்கும் மேலாக முற்றிலும் பச்சை நிறத்தாலான உருமறைப்புச் செய்யும் தளர் மேலுடுப்பையும் அணிந்து கொண்டார். அவரைப் போலவே நானும் செய்து கொண்டேன். கதசோனவினுடைய கம்பளிக் காற்சட்டை எனக்கு மிகவும் சிறியதாக இருந்தது. அது இடுப்பைப் பிடித்து இறுக்கியது. ஒரு முடிவுக்கு வர முடியாதபடி நான் ஹோலினை உற்றுப் பார்த்தேன்.

“பரவாயில்லை,” ஆர்வமூட்டும் வகையில் கூறினார். “மேலே செல்! நீ அவற்றைக் கிழித்துவிட்டால் நாம் புதிதாக ஒரு ஜோடி வாங்கிக் கொள்ளலாம்.”

காற்சட்டை ஓரளவுக்குச் சிறியதாக இருந்தாலுங்கூட, உருமறைப்புச் செய்யும் தளர் மேலுடுப்பு சரியாக இருந்தது. பெருந்தலையாணிகள் கொண்ட முழங்காலுக்கு மேல் வரும் ஜெர்மன் புதை மிதியடிகளை நாங்கள் அணிந்து கொண்டோம். ஒருவகையில் அவை மிக கனமாக இருப்பதாக உணர்ந்தேன், ஆனால் மறுபுறத்தில் காலடித் தடங்களை விட்டுச் செல்லாமல் இருப்பதற்கான ஓர் எச்சரிக்கை என்று ஹோலின் விளக்கினார். எனது தளர் உடுப்பின் கயிறுகளை அவர் கட்டிவிட்டார்.

இப்பொழுது நாங்கள் எல்லாரும் தயாராகி விட்டோம். போர்முனைக்குரிய கத்திகளையும் “எஃப்1” எறிகுண்டுகளையும் எங்களது இடைவாரில் மாட்டிக் கொண்டோம் (இவைகளோடு ஹோலின் பீரங்கி எதிர்ப்பு எறிகுண்டையும், “ஆர்.எஃப். ஜீ.40” எடுத்துக் கொண்டார்). தோட்டாக்கள் நிரப்பப்பட்ட கைத் துப்பாக்கிகள், திசைகாட்டும் கருவிகள், இரவில் ஒளிரும் கடிகாரங்கள் ஆகியன எங்களது உருமறைப்பு தளர் மேலுடையின் கைப்பகுதியில் மறைத்து வைக்கப்பட்டன. அழல் வீசும் துப்பாக்கி கள் சோதித்துப் பார்க்கப்பட்டன. சிறு எந்திரத் துப்பாக்கிகளின் தகடு ஆகியனவற்றை ஹோலின் சரிபார்த்துக் கொண்டார்.

நாங்கள் தயாராகி விட்டோம், ஆனால் பையனோ தனது கைகளைத் தலைக்குக் கீழே வைத்தபடி இன்னமும் படுத்திருந்தான், அவனது தலையும் கண்களும் எங்களுக்கு அப்பால் திரும்பி இருந்தன.

மிகப் பழுதுபட்ட, நிறம் மங்கிய பழுப்பு வண்ணத்தாலான உப்ப வைத்துத் தைக்கப்பட்ட பையனது சட்டையும், ஒட்டுத் தையல் போடப்பட்ட ஒரு ஜோடி கருநீலநிற காற்சட்டைகளும், காது மறைப்பானைக் கொண்ட பழைய மென்மயிர்க் குல்லாயும், தேய்ந்துபோன ஒரு ஜோடி காலணிகளும் பெரிய பெட்டியிலிருந்து எடுக்கப்பட்டன. பட்டுத் துணியால் ஆன உள்ஆடை, ஒரு பழைய கம்பளிப் பின்னல் உள்சட்டை, மற்றும் காலுறைகள் எல்லாமே இழையிட்டுத் தைக்கப்பட்டவை, சகதியிலிட்டிழுக்கும் படைவீரர்க்குரிய சிறிய தோள்பை ஒன்று, காலுக்கான உறைகள் மற்றும் கந்தல் துணிகள் ஆகியன மேசையின் ஓரத்திலே வைக்கப்பட்டன.

வீட்டில் தறி போடப்பட்ட ஒரு துண்டுத் துணியால் பைய னுடைய உணவை ஹோலின் சுற்றிக் கட்டினார். அதில் அரை கிலோகிராம் மசால் இறைச்சி, உப்பிடப்பட்ட இரண்டு துண்டு பன்றி இறைச்சி, ஒரு ரொட்டித் துண்டு, பல வெள்ளை ரொட்டித் துண்டுகள் ஆகியன இருந்தன. மசால் இறைச்சி வீட்டில் தயாரிக்கப் பட்டது, பன்றி இறைச்சியும் எங்களது இராணுவ விநியோகமல்ல. ஆனால் மிகவும் சிறிதாகத் தோற்றமளித்த உப்பிட்ட ரொட்டி வீட்டில் சூட்டடுப்பில் தயாரிக்கப்பட்டது.

ஒவ்வொரு சிறிய விஷயமும் எவ்வளவு கவனமாகச் செய்யப் பட்டிருக்கின்றது என்பதை என்னால் நினைத்துப் பார்க்காமல் இருக்க முடியவில்லை.

படைவீரனுக்குரிய தோள்பையில் உணவு வைக்கப்பட்டு விட்டது, ஆனால் பையனோ எந்தவித அசைவும் இல்லாமல் இன்னமும் படுத்திருந்தான். ஒரு வார்த்தை கூட பேசாதபடி ஹோலின் அவனைப் பார்த்தார். அழல் வீசும் துப்பாக்கியைத் திரும்பவும் சோதிக்கத் தொடங்கினார். உலோகத் தகட்டை மறுபடியும் சரி பார்த்துக் கொண்டார்.

கடைசியாக பையன் தட்டிப் படுக்கையின் மீது உட்கார்ந்தான். எந்தவிதமான பரபரப்பும் இல்லாது தனது இராணுவ உடைகளை

எடுக்கத் தொடங்கினான். கருநீல குறுங்கால்சட்டை முழங்காற் பகுதியிலும், பின்புறமும் புழுதியாகி இருந்தது.

“பசை,” என்றான் அவன். இவற்றை அவர்கள் சுத்தம் செய்யட்டும்.”

“இவற்றைப் பண்டசாலைக்கு அனுப்பி பதிலாக ஒரு புதிய ஜோடி வாங்கிக் கொண்டால் என்ன?” ஆலோசனை கேட்டார் ஹோலின்.

“இல்லை, இந்த ஜோடியையே அவர்கள் சுத்தம் செய்யட்டும்.”

அவசரம் இல்லாதபடி பையன் தனது சாதாரண உடுப்புகளை அணிந்து கொண்டான். ஹோலின் அவனுக்கு உதவி செய்தார், பிறகு எல்லாப் பக்கங்களிலும் அதைச் சரி பார்த்தார். வீடற்ற கந்தலுடுத்தி அழுக்குப் பிடித்த கீழ்மகனைப் போல, ஓர் அகதிப் பையனைப் போல காணப்பட்ட அவனைப் போன்றவர்கள் இராணுவத்தினுடைய எதிர்ப்புப் பாதையில் ஏராளனமானவர் களைச் சந்திக்க முடியும்.

தனது சட்டைப் பையிலே பையன் வீட்டில் தயாரிக்கப்பட்ட ஒரு பேனாக் கத்தியையும், அறுபது அல்லது எழுபது ஜெர்மன் பணத்தாள்களையும் போட்டுக் கொண்டான். வேறு எதுவுமே இல்லை.

“நாம் குதிக்கலாம்,” என்றார் ஹோலின் என்னிடம்.

அநேகமுறை குதித்துப் பார்த்து ஓசை கேட்கிறதா என்று சோதித்துப் பார்த்துக் கொண்டோம். பையனிடம் ஓசை எழுப்பக் கூடிய எதுவும் இல்லாதிருந்த போதும் அவனும் குதித்தான்.

பழைய ருஷ்ய வழக்கப்படி போவதற்கு முன்னால் எல்லாரும் உட்கார்ந்தோம். ஒரு நிமிட நேரம் எல்லாரும் அமைதியாக உட்கார்ந்தோம். குழந்தைத்தனம் இல்லாத மனநிலையும், உள்ளார்ந்த பதைபதைப்பும் பழையபடி பையனுடைய முகத்திலே தோன்றியிருந்தது. எனது நிலவறைக்கு அவன் முதலாவதாக வந்த போது, ஆறு நாட்களுக்கு முன்னர் நான் பார்த்திருந்த அதே முகம்போல இருந்தது.

*

எங்களது அடையாளம் காட்டும் கைவிளக்குகளின் சிவப்பு ஒளியை இருளில் நன்றாகப் பார்ப்பதற்காக எங்கள் கண்களில் அடித்துக்கொண்ட பிறகு நாங்கள் படகை நோக்கிச் சென்றோம், நான் முன்னாலும், எனக்குப் பின்னால் பதினைந்து எட்டுத் தொலைவில் பையனும் கடைசியாக ஹோலினும் சென்றோம்.

பாதையில் சந்தித்த ஒவ்வொருவருடனும் நான் முகமன் கூறி, பையன் ஒளிந்துகொள்ளும் பொருட்டு உரையாட வேண்டி இருந்தது. எங்களைத் தவிர பிற யாரும் பையனைப் பார்த்துவிடக் கூடாது–இதுபற்றி மிகவும் கடினமான சொற்களால் ஹோலின் என்னை எச்சரித்திருந்தார்.

வலது புறமாக, இருட்டிலிருந்து, கட்டளையிடும் சப்தம் தெளிவாகக் கேட்டது: "துப்பாக்கி சுடுபவர்கள் தயாராக இருக்கவும்...! காவல் நிலையங்கள் எச்சரிக்கை!" புதர்களுக்கு மத்தியில் சுள்ளி ஒடிவதைத் தெளிவாக எங்களால் கேட்க முடிந்தது. என்னுடைய பட்டாளியனும் மூன்றாவது பட்டாளியனும் அகழி தோண்டியிருந்த இடத்தில் அடிவளர்ச்சிப் புதர்களிடையே பரவிக் கிடந்த துப்பாக்கி மற்றும் சிறு பீரங்கி நிலையங்களில் அதைச் செலுத்தும் ஆட்கள் மெதுவாக ஆணையிட்டுக் கொள்வதும் கேட்க முடிந்தது.

எங்களுக்குள்ளாகவே, ஏறத்தாழ இருநூறு ஆட்கள் இந்த நடவடிக்கையில் பங்கெடுத்துக் கொண்டிருந்தார்கள். ஜெர்மானிய நிலைகளின் மீது நீளவாக்கிலே நேரடியாகச் சுடுவதன் மூலம் எங்களை மறைப்பதற்கு அவர்கள் எந்தக் கணமும் தயாராக இருந்தார்கள். இது ஒரு மறைகுழித் தாக்குதல் என்பதைத் தவிர வேறு எதையும் அவர்களில் எவரும் சந்தேகிக்கவில்லை. துணைக்கு நின்ற படைப்பிரிவின் கமான்டிங் அதிகாரிகளிடத்திலே ஹோலின் இவ்வாறுதான் தெரிவித்திருந்தார்.

புறக்காவல் அரணுக்கு அருகே படகு இருந்தது. அங்கே இரண்டு காவலர்கள் இருந்தனர். ஆனால் ஹோலினின் உத்தர வின் பேரில் புறக்காவல் அரண் கமாண்டரிடம் மறைகுழியில் ஒரே ஓர் ஆளை தியோமின் என்ற பெயருடைய நடுத்தர வயது கொண்ட லான்ஸ் கார்ப்போரலை மட்டும் இருக்கும்படி நான் உத்தரவிட்டிருந்தேன். நாங்கள் கரையை அடைந்தபோது, அந்த ஆளோடு பேசிக் கொண்டிருக்கும்படி ஹோலின் என்னை முன்னுக்கு அனுப்பினார், அதேவேளை அவரும் பையனும் நழுவிப் போய்விடுவார்கள். இத்தகைய முன்னெச்சரிக்கைகள்

எல்லாமே எனக்குத் தேவையற்றது போலத் தோன்றியது, ஆனால் ஹோலினுடைய ரகசியம் என்னை வியப்பில் ஆழ்த்தவில்லை. எல்லாச் சாரணர்களுமே அவ்வாறு இருந்தனர் என்பதை நான் அறிவேன்.

நான் முன்னே நடந்து சென்றபோது ஆவேசமிக்க கிசுகிசுப்பில் "நினைவிருக்கட்டும், எந்த விவாதமும் வேண்டாம்!" என்று ஹோலின் என்னை எச்சரித்தார்.

ஒவ்வொரு நிலையிலும் இத்தகைய எல்லா எச்சரிக்கைகளும் என்னைச் சங்கடத்திற்குள்ளாக்கியது. மொத்தத்தில் நான் ஒன்றும் பையனில்லை, எனக்கு என்று சொந்தமான கூரறிவு இருக்கவே செய்தது.

ஒரு குறிப்பிட்ட தொலைவில் வழக்கமான தோரணையில் தியோமின் என்னை வினவினார், மறைகுழியை நோக்கி நடந்து கொண்டு நானும் பதிலளித்தேன். தாவிக் குதித்து அதில் நின்றேன், ஏனெனில் அப்போதுதான் அவரது முதுகு பாதைப் பக்கமாக இருக்கும்.

சிகரெட்டுகளை நீட்டியபடி "புகை பிடி" என்றேன். அவர் ஒன்று எடுத்துக் கொண்டார்.

நாங்கள் குந்தி அமர்ந்தோம், கடைசியாக ஒன்று பற்றிக் கொள்கின்றவரை அவர் தீக்குச்சிகளைக் கொளுத்திக் கொண்டே இருந்தார். எனக்கு அதை முதலாவதாக நீட்டினார், பிறகு தனக்குப் பற்ற வைத்துக் கொண்டார். தீக்குச்சி கொளுத்திய வெளிச்சத்தில் பாதுகாப்பு ஓய்விடத்தில் உலர்ந்த புல்லில் யாரோ தூங்கிக் கொண்டிருப்பதைப் பார்த்தேன். அவருடைய குல்லாய் முற்றிலும் வழக்கமில்லாதபடி காணப்படவில்லை. ஆழமாக மூச்சிழுத்துக் கொண்டு, ஒரு வார்த்தைகூடப் பேசாது எனது கைவிலங்கை ஒளிரச் செய்தேன். அங்கிருந்த மனிதன் கதசோனவ் என்பதைக் கண்டேன். அவர் மல்லாந்து படுத்துக் கொண்டிருந்தார், அவரது குல்லாயால் அவர் முகம் மறைக்கப்பட்டிருந்தது. இன்னமும் உணர்ந்துகொள்ள முடியாதபடி அதை உயர்த்தினேன். ஒரு முயலைப் போலவே பணிவான சாம்பல் நிறமான முகம். இடது கண்ணிற்கு மேலாக துப்பாக்கிக் குண்டால் சுத்தமான துளை ஒன்று ஏற்பட்டிருந்தது.

"அது ஒரு முட்டாள்தனமான விபத்து" என்று முணு முணுத்தார் தியோமின், அவரது குரல் எங்கோ தொலைவிலிருந்து

எனக்கு வந்தது. "அவர்கள் படகை ஒழுங்குபடுத்தினார்கள், பிறகு என்னோடு புகைத்தபடி உட்கார்ந்தார்கள். காப்டன் இங்கே, என்னுடன் பேசிக்கொண்டு நின்றார். அப்போது இந்த மனிதர் வெளியேறுவதற்குத் தயாரானார். கீழே இறங்கிய உடனேயே, மறைகுழிக்குள் மெதுவாக ஊர்ந்து வந்தார். எந்தவித துப்பாக்கி சுடும் ஓசையைக் கேட்டதாக நான் நினைக்கவில்லை. காப்டன் அவரை நோக்கி விரைந்து வந்து அவரைக் குலுக்கினார்: 'கதசோனவ்...! கதசோனவ்...!' அதே இடத்திலேயே அவர் கொல்லப்பட்டுக் கிடந்ததை நாங்கள் பார்த்தோம்...! அதுபற்றி அமைதியாக இருக்கும்படி காப்டன் உத்தரவிட்டார்."

ஆற்றிலிருந்து திரும்பி வந்த பிறகு ஒரு மாதிரியாக ஹோலின் காணப்பட்டது ஏன் என்பதை நான் இப்பொழுது புரிந்து கொண்டேன்.

"இதை உனக்குள்ளாகவே வைத்துக் கொள்ளவும்!" நதிக் கரையிலிருந்து அவரது மீற முடியாத கிசுகிசுப்பை என்னால் கேட்க முடிந்தது.

இப்பொழுது எல்லாமே எனக்குத் தெளிவாகி விட்டது. தனது பணிநிமித்தம் அவன் போய்க் கொண்டிருக்கும்போது இப்பொழுது எந்த வகையிலும் பையன் நிலைகுலைந்துபோய் விடக் கூடாது. அவனுக்கு எதுவும் தெரிய வேண்டியதில்லை.

மறைகுழியிலிருந்து தொற்றி ஏறினேன், பின்னர் நதிக்கரையை நோக்கி மெதுவாக மறைந்து போனேன்.

பையன் ஏற்கெனவே படகின் மீது இருந்தான், அவனுக்குப் பக்கத்தில் படகின் பின்புறத்தில் சிறு எந்திரத் துப்பாக்கியைத் தயாராக வைத்தபடி உட்கார்ந்தேன்.

"சமமாக உட்கார்," என்று முணுமுணுத்தபடி ஹோலின் ஒரு கையற்ற தளர் மேற்சட்டையால் எங்களை மூடினார். "படகு ஒரு பக்கமாகச் சாயாமல் பார்த்துக் கொள்."

அவர் தள்ளிவிட்டு தாவி உள்ளே குதித்துத் துடுப்புகளை எடுத்தார். தனது கைக்கடிகாரத்தைப் பார்த்தபடி சற்று நேரம் காத்திருந்தார், பின்னர் மெதுவாக சீட்டியடித்தார். நடவடிக் கையைத் தொடங்குவதற்கு இது சமிக்ஞை ஆகும்.

துணை செய்யும் படைப் பிரிவு கமாண்டர்களும், பீரங்கிப் படை கண்காணிப்பாளர்களும் இருந்த வலப்புறத்தின் பெரிய

எந்திரத் துப்பாக்கி மறைகுழியிலிருந்து இருளில் ஒரு துப்பாக்கி வெடித்ததன் மூலம் சமிக்ஞைக்கு உடனடியாக பதில் கொடுக்கப் பட்டது.

ஹோலின் படகைச் சுற்றிலுமாக அசைத்தார்; பின்னர் துடுப்புப் போடத் தொடங்கினார். உடனடியாகக் கரை மறைந்து போயிற்று. குளிர் இரவு இருளார்ந்த மேலங்கியால் சுற்றப்பட்டது போல எங்கள் முன்னே இருந்தது.

# 6

என் முகத்தில் பட்ட ஹோலினுடைய வெப்பக்காற்றை என்னால் உணர முடிந்தது. அழுத்தமாகத் துடுப்பைப் போட்டபடி அவர் முன்னோக்கிப் படகைச் செலுத்திக் கொண் டிருந்தார். துடுப்புகள் நீரைத் தொட்டபோது ஏற்பட்ட மென்மை யான தெறிப்பைக் கேட்க முடிந்தது. கையற்ற தளர் மேற்சட்டை யால் மறைக்கப்பட்டபடி எதுவும் பேசாது பையன் எனக்கருகிலே உட்கார்ந்திருந்தான்.

எங்களை முன்னோக்கி இருந்த வலக்கரையில், ஜெர்மானி யர்கள் வழக்கம்போல தங்களது முன்னணிப் பகுதியைத் தொடர்பற்றவாறு சுட்டபடி துடைத்துக் கொண்டு வந்தார்கள். போர்த் துறையில் தனித் திறங்களுடைய நிலப்பகுதியாகக் காட்டுவதற்காக ஒளியைப் பாய்ச்சிக் கொண்டிருந்தார்கள். மழை காரணமாக ஒளி தெளிவாகத் தெரியவில்லை. காற்றுக் கூட எங்களுக்கு எதிராக வீசிக் கொண்டிருந்தது. வானிலையைப் பொருத்தமட்டில் சாதகமாக இருந்தது.

எங்கள் பகுதியிலிருந்து நதிக்கு மேலாக அடையாளங்காட்டும் குண்டுகள் எழுந்து சென்றன. ஐந்து முதல் ஏழு வரையிலான நிமிடங்களுக்கு ஒருமுறை, திரும்ப வரும்போது எங்களது திசை வழியை நன்கு அறிந்து கொள்ளும் பொருட்டு இடது புறத்திலிருந்து மூன்றாவது பட்டாளியன் அத்தகைய ஒளிக்கீற்றை ஏற்படுத்தினார்கள்.

“ஜீனி!” என்று கிசுகிசுத்தார் ஹோலின்.

நாங்கள் ஒவ்வொருவரும் இரண்டு கரண்டியளவு ஜீனியை எங்கள் வாய்களுக்குள் போட்டுக் கொண்டு சப்பிக் கொண்டோம்.

இது எங்களது கூருணர்ச்சியுடைய பார்வையையும், செவிப் புலனையும் இன்னும் கூர்மையானதாக்கும் எனக் கருதப்படக் கூடியது.

ஓர் எந்திரத் துப்பாக்கி எங்களுக்கு முன்னால் ஒலியெழுப்பிய போது, நாங்கள் ஆற்றின் மையப் பகுதியில் இருந்திருக்க வேண்டும். துப்பாக்கிக் குண்டுகள் எங்களுக்கு மிக அண்மையில் ஊடுருவிச் சென்று நீரின் மீது ஒருவித ஓசையை எழுப்பிக் கொண்டு சென்றது.

என் பக்கமாக நெருங்கியமர்ந்தபடி "எம். ஜீ34," என்று பையன் தவறில்லாதபடி கிசுகிசுத்தான்.

"அச்சமாக இருக்கிறதா?"

சற்றுக் கேட்கக் கூடிய குரலிலே "ஓரளவுக்கு," என்று அவன் ஒத்துக் கொண்டான். "எனக்கு அது பழக்கமானதில்லை... நடுக்க மாக இருக்கிறதென்று நினைக்கிறேன். பிச்சைக்காரனாக இருப்பது... என்னால் முடியாது. எனக்கு அது பழக்கமானதில்லை. அது மன உளைவுறச் செய்கிறது!"

வீறாப்புமிக்க முன்கோபியான பையனை மன உளைவுறச் செய்யுமளவுக்கு இது எவ்வளவு துன்புறுத்துகிறது என்பதை என்னால் சுலபமாகக் கற்பனை செய்து பார்க்க முடிந்தது.

"இதற்கிடையில்," எதையோ நானாக நினைத்துக் கொண்டு கிசுகிசுத்தேன். "எங்களுடைய பட்டாளியனில் ஒரு போன் தரெவ் இருக்கிறார். ஒரு கோமெல் மனிதருங்கூட. அவர் உனக்கு எந்த வகையிலாவது உறவினரா, அப்படியா?" என்றேன்.

"இல்லை. எனக்கு எந்த உறவினரும் இல்லை. என்னுடைய தாயார் மட்டுமே உண்டு. மேலும் அவள் எங்கிருக்கிறாள் என்று எனக்கு எந்த வகையிலும் தெரியாது..." அவனது குரல் நடுங்கிற்று. "மேலும் எனது பெயர் உண்மையில் புஸ்லோவ், போன்தரெவ் என்பது அல்ல."

"உன்னுடைய முதற்பெயர் இவான் என்பதில்லையா?"

"ஆம், அதுதான் எனது சரியான பெயர்."

"ஸ்ஸ்...!"

ஹோலின் மிகவும் மெதுவாகத் துடுப்புப் போடத் தொடங் கினார். வெளிப்படையாகவே நாங்கள் கரையை நெருங்கிக்

கொண்டிருந்தோம். என் கண்கள் வலிக்கின்றவரை நான் இருளிலே உற்றுப் பார்த்தேன். ஆனால் மழைச்சாரல் வழியாக என்னால் பார்க்க முடிந்ததெல்லாம், மங்கலாகத் தெரிந்த ஒளிக் கீற்றுகளைத்தாம்.

நாங்கள் வெளிப்படையாகவே நெடுகச் சென்று கொண்டிருந் தோம். கண நேரத்தில் படகு தரையைப் பிறாண்டியது. விரைந்த திறமுடன் ஹோலின் துடுப்புகளை நிறுத்திவிட்டு நீரில் இறங்கினார். படகின் முகப்புப் பகுதியால் அதை எதிரியின் கரைக்கு இழுத்தார்.

சில நிமிட நேரங்களுக்கு எங்கள் காதுகளைத் தீட்டிக் கொண்டு கேட்டோம். மழைத் துளிகள் நீரின் மேலும், தரையின் மேலும், இப்பொழுது மேலங்கியின் மீதும் விழுவதை என்னால் கேட்க முடிந்தது. ஹோலின் முறையாக மூச்சுவிட்டுக் கொண்டி ருப்பதையும், எனது சொந்த இதயம் துடிப்பதையும் என்னால் கேட்க முடிந்தது. ஜெர்மானியர் பக்கமிருந்து எந்த ஒலிகளும் இல்லை. ஹோலின் என் காதில் கிசுகிசுத்தார்:

"இருக்கின்ற இடத்திலேயே இவான் இருக்கட்டும். வெளியே வந்து படகைப் பிடி..."

அவர் இருளிலே மறைந்து போனார். நான் கையற்ற மேலங்கி யிலிருந்து எச்சரிக்கையோடு நழுவி ஊர்ந்து வெளியே வந்தேன். மணற்பாங்கான தரையில் நீருக்குள் காலை வைத்தேன், எனது சிறு எந்திரத் துப்பாக்கியைச் சரிசெய்து கொண்டேன், படகின் பின்பகுதியை நன்கு பிடித்துக் கொண்டேன். எனக்கு அருகில் படகில் பையன் நிற்பதை என்னால் உணர முடிந்தது.

"உட்கார், உன்னை மேலங்கியால் போர்த்திக் கொள்..." எனது கையால் அவனைத் தொட்டு நான் கிசுகிசுத்தேன்.

"இதற்கு இப்பொழுது அவசியமில்லை," என்று தணிவான குரலில் பதிலளித்தான். ஹோலின் திடீரென்று மீண்டும் தோன்றி நெருக்கமாக வந்து மகிழ்ச்சியோடு கிசுகிசுத்தார்:

"ஓகே! கடற்கரை சுத்தமாக இருக்கிறது..."

நீரின் விளிம்பிலிருந்து நாங்கள் படகை நிறுத்தி இருந்த இடம் நதியின் கீழ் முகத்தில் சுமார் முப்பது எட்டுத் தொலைவு இருப்பதுபோலத் தோன்றியது.

சில நிமிடங்களுக்குப் பிறகு படகு மறைத்து வைக்கப்பட்டது. கரை நெடுக நாங்கள் ஊர்ந்து சென்றோம். தலையைக் குனிந்து கொண்டும், அவ்வப்பொழுது நின்றபடி கேட்டுக் கொண்டும் சென்றோம். எங்களுக்கு அண்மையில் ஒரு குண்டு சீறிச் சென்ற போது, ஒடுக்கமான மணற்பகுதியில் செத்த மனிதர்களைப் போல அசைவற்றுக் கிடந்தோம். எனது ஓரக்கண்ணால் பையனைப் பார்க்க முடிந்தது.

மழையால் அவனது ஆடைகள் முற்றாக நனைந்திருந்தன. ஹோலினும் நானும் திரும்பச் சென்று மாற்றிக்கொள்ள முடியும், ஆனால் அவன்...

திடீரென்று ஹோலின் தனது இடைவெளியைக் குறைத்துக் கொண்டு, பையனது கையைப் பிடித்துக்கொண்டு அவனைத் திரும்பவும் நீருக்கு அழைத்துச் சென்றார். எங்களுக்கு முன்னால் தரையில் மெல்லிய உருவங்கள் காணப்பட்டன. "எங்கள் சாரணர் களுடைய உடல்கள்," என்று நான் ஊகித்தேன்.

"என்ன அது?" பையன் கேட்டான்.

பையனோடு முன்னுக்குச் சென்றபடி "ஜெர்மானியர்கள்," என்று ஹோலின் விரைந்து கிசுகிசுத்தார். "நமது பகுதியிலிருந்து மறைவாக இருந்து குறிதவறாமல் சுடுபவன் அவர்களை அடித் திருக்கிறான்."

"அழுகிய முட்டைகள்! தங்களுடைய சொந்த ஆட்களையே அடித்திருக்கிறார்" அவரது தோளுக்குப் பின்புறமாகப் பார்த்தபடி பையன் வெறுப்போடு முணுமுணுத்தான்.

நாங்கள் பேரூழியை நோக்கி நகர்ந்து சென்று கொண்டிருப்பது போல எனக்குத் தோன்றியது. நாங்கள் அந்த இடத்தை எப்போதோ அடைந்திருக்க வேண்டும். எனினும், புதரில் படகு மறைத்து வைக்கப்பட்ட இடத்திலிருந்து உடல்கள் கிடந்த இடம் ஏறத்தாழ முந்நூறு மீட்டர் தொலைவு இருக்கும் என்று எனக்கு நானே நினைத்துக் கொண்டேன். இடுக்கு வழியிலிருந்து இன்னமும் இதேயளவு தொலைவில் நாங்கள் இருந்தோம்.

இப்போது மேலும் ஒரு பிணத்தைக் கடந்து சென்றோம். அது மிகவும் அழுகிப்போன நிலையில் இருந்தது. தொலைவி லிருந்தே ஒரு துர்நாற்றத்தைக் கொடுத்தது. எங்களுக்குப் பின்னால் மழைநீரைத் துளைத்தபடி ஒரு மின்வரி சென்றது. இடுக்கு

வழியானது கையளவு தூரத்தில்தான் இருந்தது, ஆனால் எங்களால் அதைக் கண்டுபிடிக்க முடியவில்லை. அவர்கள் கிளரொளிகளை அங்கே பயன்படுத்தவில்லை, ஏனெனில் நிலப் பகுதி முழுக்க வெடி வைக்கப்பட்டிருந்தது. மலையின் எல்லை ஓரமானது மறைகுழிகளுடனும் பாதுகாப்பு ஏற்பாட்டுடனும் இருந்தது. இங்கே தங்களுடைய மூக்கை யாரும் நுழைக்க முடியாது என்பதில் வெளிப்படையாகவே ஜெர்மானியர்கள் உறுதியாக இருந்தார்கள்.

இந்த இடுக்குவழியில் யாரும் தென்பட்டால் பிடிபடுவது சுலபம். யாரும் பார்க்காமலேயே பையனால் நழுவிச் செல்ல முடியும் என்பதே எங்கள் திட்டம்.

கடைசியாக ஹோலின் நின்றார், அங்கே உட்காரச் சொல்லிய படி அவர் முன்னோக்கிச் சென்றார்.

திரும்பவும் அவர் தோன்றினார், "என்னைத் தொடருங்கள்!" என்று கிசுகிசுத்தபடி கட்டளையிட்டார்.

அடுத்து முப்பது எட்டுத் தொலைவுக்கு முன்னோக்கிச் சென்றோம். முன்புறமாக நீட்டிக் கொண்டிருந்த கரைக்கு அப்பால் எங்களது குதியங்காலில் உட்கார்ந்தோம்.

"இடுக்குவழி நமக்கு நேராக முன்னோக்கி இருக்கிறது," என்றார் ஹோலின். தனது உருமறைப்பு மேலங்கியின் கையை அவர் பின்னுக்குத் திருப்பினார். இரவில் ஒளிரும் தனது கடிகாரத் தைப் பார்த்தார். "நமக்கு மேலும் நான்கு நிமிடங்கள் இருக்கிறது. உனக்கு எப்படி இருக்கிறது?" என்று பையனிடம் கிசுகிசுத்தபடி கேட்டார். "ஓ.கே."

ஒரு நிமிட நேரம் உட்கார்ந்து கொண்டு, இருளில் எங்கள் காதுகளைத் தீட்டிக் கொண்டு இருந்தோம். முடைநாற்றமும், ஈரமான நிலத்தின் மணமும் வீசியது. எங்களுக்கு வலப்புறத்தில் மூன்று மீட்டர் தூரத்தில் மணலில் பிணங்களில் ஒன்று காணக் கூடியதாக இருந்தது. அது ஓர் அடையாளம் போல ஹோலினுக்குப் பயன்பட்டது.

"நல்லது, நான் போய் வருகிறேன்" என்று பையன் கிசு கிசுத்தான்.

"சற்றுத் தூரம் வந்து, நீ போவதைப் பார்க்கிறேன்," என்று ஹோலின் மெல்லப் பேசினார். "இடுக்குவழி வழியாக, கொஞ்ச தூரம் மட்டும்."

மொத்தத்தில் இது எங்களுடைய திட்டப்படியில்லை!

"இல்லை!" மறுத்தான் பையன். "நான் மட்டும் தனியாகப் போகிறேன். நீ பெரிய ஆள். அவர்கள் உன்னுடன் என்னையும் பிடித்து விடுவார்கள்."

"நான் போவதைப் பற்றி ஏதேனும் உண்டா?" என்று நானாக ஒரு முடிவுக்கு வர முடியாதபடி கேட்டேன்.

"இடுக்கு வழியில் நீ செல்வதையாவது குறைந்தது நான் பார்த்துக் கொள்கிறேன்," என்று ஹோலின் கெஞ்சினார். "அங்கே சகதியாக இருக்கிறது. காலடித் தடத்தை ஏற்படுத்திவிடக் கூடும். அதன் வழியாக நான் உன்னைத் தூக்கிச் செல்கிறேன்!"

"வேண்டாம் என்று நான் கூறினேன்!"

பிடிவாதமாகவும் கோபமாகவும் பையன் கூறினான். "நான் மட்டும் தனியாகப் போகிறேன்!"

மெலிந்த, பரிதாபத்திற்குரிய சிறிய உருவமாக அவன் என்னருகே நின்றான், அவனது அழுக்கடைந்த உடைகளுக்குக் கீழாக அவன் உடல் முழுக்க நடுங்கிக் கொண்டிருந்தது போல எனக்குத் தோன்றியது. அல்லது ஒருவேளை இது எனது கற்பனைதானோ...?

"புதிய சந்திப்புவரை," சற்று இடைவெளிக்குப் பிறகு அவன் ஹோலினிடம் கூறினான்.

"புதிய சந்திப்புவரை!" (அவர்கள் கட்டித் தழுவுவதை என்னால் உணரக்கூட முடிந்தது, ஹோலின் அவனை முத்த மிட்டார்) "எது நீ செய்தாலும் கவனமாக இரு! உன்னைப் பார்த்துக் கொள்! நமது இராணுவம் ஜெர்மானியர்களைத் தாக்கினால் ஃபியோதரவ்காவில் எங்களுக்காகக் காத்திரு."

"புதிய சந்திப்புவரை!" இந்தமுறை பையன் என்னிடம் திரும்பினான்.

“புதிய சந்திப்புவரை!” இருட்டிலிலே பையனுடைய மெலிந்த சிறிய கையைக் கண்டுபிடித்து, அதை வலுவாக நெரித்தபடி ஆழ்ந்த உணர்ச்சியோடு கிசுகிசுத்தேன்.

அவனை முத்தமிட விரும்பினேன், ஆனால் கண நேரம் தயங்கினேன். நான் பெரிதும் கிளர்ச்சியுற்றுப் போனேன், “புதிய சந்திப்புவரை!” என்பதைக் குறைந்தது சுமார் பத்துத் தடவை யாவது ஆறு நாட்களுக்கு முன்னர் “போய்வருக” என்று நான் கூறியதுபோல உளறிக்கொட்ட வேண்டாம் என எனக்குள் சொல்லிக் கொண்டிருந்திருப்பேன்.

முத்தமிடுவதற்காக என்னை நான் தயார் செய்து கொள்வதற் குள்ளாகவே, ஓசையில்லாதபடி இருளிலே அவன் மறைந்து போனான்.

# 7

கரையோடு கரையாக ஹோலினும் நானும் நெருக்கமாகப் பதுங்கிக் குத்திட்டு உட்கார்ந்தோம். எங்களது தலைகளுக்கு மேலாக அக்கரை முன்னோக்கி நீட்டியபடி தொங்கியது. ஆழ்ந்து உற்றுக் கேட்டோம். மழை மெதுவாக ஒரே மாதிரியாகப் பெய்தது, இது குளிரான இலை உதிர்கால மழையாக இருந்தது. ஒருபோதும் நிற்காதது போல அது காணப்பட்டது. ஆற்றிலிருந்து ஈரஞ்செறிந்த காற்று வீசத் தொடங்கியது.

நாங்கள் தனியாக விடப்பட்டு நான்கு நிமிடங்கள் கழிந்தன. பையன் சென்ற திசையிலிருந்து காலடியோசையைக் கேட்டோம். தொண்டையில் ஒலிப்பது போன்ற உள்ளடக்கிப் பேசிய உரை யாடல் கேட்டது.

“ஜெர்மானியர்...!”

ஹோலின் எனது தோளைப் பற்றிப் பிடித்தார், ஆனால் எச்சரிக்கை தேவையற்றது. அவர் கேட்பதற்கு முன்னமேயே நான் ஓசையைக் கேட்டுவிட்டேன், எனது சிறு எந்திரத் துப்பாக்கியின் பாதுகாப்புப் பிடியை நழுவ விட்டேன். எனது கையில் ஓர் எறி குண்டைப் பற்றியபடி மௌனமாக உறைந்து போய் உட்கார்ந்து இருந்தேன்.

காலடியோசைகள் அண்மையில் கேட்கத் தொடங்கின. அநேக ஆட்கள் மிதித்துத் துவைக்கும் காலடிகள் ஈரக் குழைவான

மண்ணில் கேட்டது. எனது வாய் வறண்டு போனது, எனது இதயம் பலமாக அடித்துக் கொண்டது.

“சனியன் பிடித்த காலநிலை! என்ன சனியன்...”

“நாக்கை அடக்கு, ஓட்டோ...! இடதுபுறம் திரும்பு...!”

எங்களுக்கு மிக நெருக்கமாக அவர்கள் கடந்து சென்றார்கள். குளிர்ந்த மண் சிதறல்கள் எனது முகத்திலே பட்டன. கணப் பொழுதிற்குப் பிறகு, சீறியெழுந்த வெளிச்சத்தில், மழைத் தூறல் களுக்கிடையே அவர்களது உயரமான உருவங்களை எங்களால் பார்க்க முடிந்தது. (அல்லது அவர்கள் உயரமாக எனக்குத் தோன்றியிருக்கலாம். ஏனெனில் அவர்களைக் கீழிருந்தபடி மேலே பார்த்துக் கொண்டிருந்தேன்.) ஹோலினும் நானும் அணிந்து கொண்டிருந்தது போலவே கனமான உயரமான காலணிகளும், கம்பளிக் கழுத்துக் குட்டைக்கு மேலாக தலைக்கவசங்களும் அணிந்திருந்தார்கள். மூன்று பேர் நீர்புகா உடுப்பு அணிந்திருந்தனர். நான்காவது ஆள் மழையில் மினுமினுக்கும் நீளமான ஒரு மழை அங்கியுடன் இடையில் கைத்துப்பாக்கி வைப்பதற்கான தோலுறையையும் சேர்த்து அணிந்திருந்தான். அவர்களுடைய தோள்களில் சிறு எந்திரத் துப்பாக்கிகள் தொங்கின.

புறக்காவல் ரோந்துப் பிரிவின் எஸ்.எஸ். ரெஜிமெண்டின் ஆட்களாகிய அந்த நால்வரும், ஜெர்மானிய ராணுவத்தின் போரிடும் ரோந்துப் பிரிவினரை, கோமெல் என்ற பெலரூஷ்ய நகரத்தைச் சேர்ந்த பன்னிரண்டு வயதுப் பையனான இவான் புஸ்லோவ், எங்களது வேவுப்பிரிவு கோப்புகளின்படி “போன்தரெவ்” என்ற பெயரில் சென்ற பையன் சற்று முன்னரே அவர்களை நழுவ விட்டு விட்டான்.

வெடி ஏற்படுத்திய ‘மினுக்மினுக்’கென்ற வெளிச்சத்தில் நாங்கள் பார்த்தபோது, எங்களிடமிருந்து பத்து எட்டுத் தொலைவில் நதியின் விளிம்பு நோக்கி அவர்கள் போய்க் கொண்டிருந்தார்கள். மணலில் அவர்கள் குதிப்பதையும், பிறகு எங்களது படகு மறைத்து வைக்கப்பட்டிருந்த புதர்களை நோக்கி நகர்ந்து செல்வதையும் இருளில் எங்களால் கேட்க முடிந்தது.

ஹோலினைவிட நான் கஷ்டமாக உணர்ந்து கொண்டி ருந்தேன். நான் ஒரு சாரணனாக இருந்ததில்லை, போர் தொடங்கிய முதல் மாதங்களிலிருந்தே சண்டை செய்து கொண் டிருந்திருக்கிறேன். எதிரிகளைப் பார்த்த மாத்திரத்தில், துப்பாக்கி

யுடன் கூடிய உயிருடன் உள்ள எதிரிகளை, துப்பாக்கியின் விசை யிழுப்பைத் திடீரென்று பற்றினேன். மகிழ்ச்சியோடு போரிடும் இந்த உணர்வை முன்னர் அடிக்கடி நான் உணர்ந்திருக்கிறேன். எதிரியை அங்கங்கேயே கொல்ல வேண்டும் என்பதே எனது முதலாவது உந்து வேகம், தடுக்க முடியாதபடி எரியும் முதலாவது வேட்கையுமாகும். நான் அவர்களைக் கொன்று மாய்ப்பேன், எனது துப்பாக்கியின் ஒரே ஒரு வெடிப்பில் அத்தனை பேரையும் கொன்று சாய்ப்பேன். எனது துப்பாக்கியைப் பற்றிப் பிடித்த போது இதைத் தவிர வேறு எதை நான் நினைத்துக் கொண்டிருந் திருக்க முடியும். ஆனால் ஹோலின் என்னைப் பற்றியே நினைத் திருக்க வேண்டும். இருளிலும் எனது அசைவுகளைக் கண்டு கொண்டு எனது தோளை நெருக்கிப் பற்றினார். நானாகவே எனது சிறு எந்திரத் துப்பாக்கியைத் தாழ்த்திக் கொண்டேன்.

"அவர்கள் படகைக் கண்டுபிடித்து விடுவார்கள்!" அவர்களது காலடியோசை மறையத் தொடங்கிய உடனேயே எனது தோளைத் தேய்த்துக் கொண்டு கிசுகிசுத்தேன்.

ஹோலின் அமைதியாக இருந்தார்.

சற்று நேரம் இடைவெளிவிட்டுவிட்டு மீண்டும் ஆர்வத்தோடு "நாம் ஏதாவது கட்டாயம் செய்தாக வேண்டும். அவர்கள் நமது படகைக் கண்டு கொண்டால்..." என்று கிசுகிசுத்தேன்.

"கண்டு கொண்டால்...!" ஹோலின் சீற்றத்தோடு என் முகத்திலே மூச்சு விட்டார். அவர் எனது குரல்வளையை நெரித் திருக்கக் கூடும் என உணர்ந்தேன். "அவர்கள் பையனைக் கண்டு கொண்டால்?! நீ என்ன நினைக்கிறாய்? இடர்ப்பாடான நிலை யில் அவனை நாம் கைவிட்டுவிடப் போகிறோமா...? நீ என்ன ஒரு கீழ்மகனா, ஒரு பன்றியா, வெறுமனே ஒரு முட்டாளா...?"

"ஒரு முட்டாள்," சற்று இடைவெளிக்குப் பிறகு கிசுகிசுத்தேன்.

"பெரும்பாலும் நரம்புத்தளர்ச்சியுள்ள நபராகத்தான் இருக்க வேண்டும்" என்று சிந்தனை வயப்பட்டபடி ஹோலின் முணு முணுத்தார். "போர் முடிந்த பிறகு நீ வைத்தியம் பார்த்துக் கொள்ள வேண்டியிருக்கும்..."

படகைக் கண்டுபிடித்ததில் ஜெர்மானியர்களுக்கு ஏற்படும் உணர்வுகளை ஒவ்வொரு கனமும் எதிர்பார்த்தபடி பதட்டத்துடன் கூர்மையாகச் செவிமடுத்திருந்தேன். எங்களுக்கு இடப்புறத்தில்

எந்திரத் துப்பாக்கி வெடிப்பது கேட்டது, அதைத் தொடர்ந்து மற்றொன்று நேரடியாகத் தலைக்கு மேலே கேட்டது. மேற் கொண்டு ஏற்பட்ட அமைதியில் சீராக மழைத் துளிகள் விழுவதை எங்களால் கேட்க முடிந்தது. கரை முழுக்க நெடுகிலும் இங்குமங்குமாக இடைவெளி விட்டு தீப்பொறி வெடிகள் வெடித்தன. தரையைச் சென்று அடைவதற்கு முன்பாக அவை பல்வேறு ஒலிகளை எழுப்பின.

அழுகல் நாற்றமானது ஏதோ காரணமாக அதிகமாக வீசத் தொடங்கியது. நான் எச்சிலைத் துப்பினேன். வாய்வழியாக சுவாசிக்க முயன்றேன். ஆனால் அது அவ்வளவு உதவி செய்ய வில்லை.

புகைபிடிக்க வேண்டும் எனத் துடித்துக் கொண்டிருந்தேன். என் வாழ்க்கையில் ஒருபோதும் இந்த அளவுக்கு நான் ஏங்கிய தில்லை. ஆனால் என்னால் செய்ய முடிந்ததெல்லாம் எனது விரல்களுக்கு இடையே சிகரெட்டை வைத்து அழுத்திக் கொண்டு புகைத்து மணத்தை நுகர்வதுதான்.

மழையில் முற்றாக நனைந்தும், குளிரில் நடுங்கிப் போய் எவ்வளவோ நேரமாகியுங்கூட ஒரு கண நேரங்கூட மழை நிற்கவில்லை.

“இடுக்கு வழியிலே ஒரே களியாக இருக்கிறது. நாசமாய்ப் போக!” ஹோலின் திடீரென்று கிசுகிசுத்தார். ஒரு வலுவான மழை காலடித் தடங்களை அடித்துக் கொண்டு போய்விடும்...”

பையனைப் பற்றிய சிந்தனையாகவே எந்நேரமும் இருந்தார், இடுக்கு வழியில் இருந்த களிமண் தரையானது தடத்தை அப்படியே விட்டு வைக்கும் என்பது குறித்துக் கவலையாக இருந்தார். அவர் கவலைப்படுவதில் அர்த்தம் இருக்கிறது என்பதை நான் உணர்ந்து கொண்டேன். கரையிலிருந்து தங் களுடைய முன்னணிப் பகுதிவரை செல்லக் கூடிய புத்தம் புதிய சிறிய காலடித்தடங்களை ஜெர்மானியர்கள் கண்டுபிடிப்பார்களே யானால், நிச்சயமாக இவானை அவர்கள் வேட்டையாடிப் பிடிப்பார்கள். ஒருவேளை நாய்களையும் பயன்படுத்தலாம். ஆட்களை வேட்டையாடுவதற்கென்றே சிறப்பாகப் பயிற்சி அளிக்கப்பட்ட நாய்களை எஸ்.எஸ். ரெஜிமெண்டில் வைத்திருக்கக் கூடும்.

நான் இப்பொழுது சிகரெட்டை மென்று கொண்டிருந்தேன். மகிழ்ச்சியின்மை தவிர மற்ற ஏதுமில்லை, ஆனால் நான் மென்று கொண்டே இருந்தேன். இருளிலுங்கூட இதை ஹோலின் கேட்டிருக்கக் கூடும். ஏனெனில் "என்ன செய்து கொண்டிருக்கிறாய்?" என்று அவர் கேட்டார்.

"புகைபிடிப்பதற்காக நான் ஏங்கிக் கொண்டிருக்கிறேன்!" என்று கூறி பெருமூச்சு விட்டேன்.

"நீ உன்னுடைய தாயாரை விரும்பவில்லையா?" கிண்டலாக ஹோலின் கூறினார். "வீட்டுக்குத் தாயாரிடம் போவதைப் பற்றி நான் பொருட்படுத்தவில்லை! தப்பில்லை, ஹூம்?"

குளிரில் ஈரத்தோடு நடுங்கியபடியே நாங்கள் மேலும் இருபது நிமிடங்கள் காத்திருந்தோம். என்னுடைய சட்டையானது என் முதுகின் மீது பனிக்கட்டியை வைத்து நெருக்கி அழுத்துவது போல இருந்தது. மழையானது படிப்படியாக பனியாக மாறியது. அதனுடைய மென்மையான துணுக்குகள் ஒரு வெள்ளை மூடி போல தரையை மூடிமறைத்தன, பிறகு அரைகுறையாக உருகவும் செய்தன.

"நல்லது, அவன் சென்றிருப்பான் என்றே நான் நினைக்கிறேன்" – நிம்மதி தொணிக்கும் குரலில் முணுமுணுத்தபடி ஹோலின் கூறிவிட்டு எழுந்து நின்றார்.

முனை நீட்டிக் கொண்டிருக்கும் கரையை ஒட்டியபடி குனிந்துகொண்டு நாங்கள் படகை நோக்கிப் புறப்பட்டோம். கேட்பதற்காக அவ்வப்பொழுது நின்று கொண்டோம். ஜெர்மானியர்கள் படகைக் கண்டுபிடித்திருப்பார்கள் என்றும், புதர்களுக் கிடையே அங்கே பதுங்கிப் பாய்வதற்காக மறைந்திருப்பார்கள் என்றும் பெரும்பாலும் நான் கருதினேன். ஆனால் ஹோலினின் கிண்டலுக்குப் பயந்து இதை அவரிடம் கூறுவதற்கு நான் தயங்கினேன்.

எங்களது சாரணர்களின் உடல்கள் இருக்குமிடத்திற்கு நாங்கள் ஓடிச் செல்கின்றவரை இருளில் கரை நெடுகிலும் நாங்கள் ஊர்ந்து சென்றோம். ஹோலின் நின்றபோது அவர்களிடமிருந்து ஐந்து எட்டுத் தொலைவிற்கு மேல் நாங்கள் நகரவில்லை. எனது சட்டைக் கையைப் பிடித்து என்னை அவர் பக்கமாக இழுத்துக் கொண்டு எனது காதில் கிசுகிசுத்தார்:

"நீ இங்கேயே இரு. நான் போய் படகை எடுத்து வருகிறேன். இரண்டு பேருமாக இடரை எதிர்நோக்க வேண்டிய தேவையில்லை. நான் வருவதை நீ கேட்கும்பொழுது ஜெர்மன் மொழியில் எனக்கு முகமன் கூறு. மிகவும் அமைதியாகக் கூறு...! நான் சிக்கலில் மாட்டிக் கொண்டால், ஆரவாரம் கேட்கும் – ஆகவே குறுக்கே நீந்திச் செல். ஒரு மணி நேரத்தில் நான் திரும்பி வரவில்லை யென்றால், எந்த வகையிலும் குறுக்கே நீந்திப் போய்விடு. உன்னால் அங்கே நீந்திப் போக முடியும், ஐந்துமுறை திரும்ப முடியும், முடியாதா உன்னால்?" அவர் கிண்டலாகக் கூறினார்.

"என்னால் முடியும்," நடுங்குகின்ற குரலிலே நான் உறுதி கூறினேன். "ஆனால் நீ காயம்பட்டுப் போனால்?"

"அது பற்றிப் பொருட்படுத்த வேண்டாம். வெட்டிப் பேச்சைக் குறை."

"கரையிலிருந்து படகில் ஏறாமல் இருப்பது நல்லதாக இருக்கும். ஆனால் நதியில் நீந்திச் சென்று அதை அடைவது நல்லது," ஒரு வகையில் உறுதியில்லாதபடி குறிப்பிட்டேன். "நான் அதைச் செய்கிறேன்..."

"பெரும்பாலும் நான் செய்யப் போவதும் அதுதான்... ஏதாவது நடக்கும் தறுவாயில், தலையால் முட்டிக் கொள்ள மாட்டாயே! உனக்கு ஏதாவது நடந்தால் நாங்கள் கடுமையாகத் தண்டிக்கப்படுவோம். புரிந்ததா?"

"ஆமாம், ஆனால் ஏதாவது நடந்தால்..."

"'நடந்தால்' என்பதைப் பற்றி எதுவுமே இல்லை...! நீ ஒரு நல்ல இளைஞன், கால்த்ஸெவ்," அவர் திடீரென்று கிசுகிசுத்தார். "ஆனால் நீ நரம்புக் கோளாறு உடையவன். நம்முடைய தொழிலில் இது மிகவும் மோசமான விஷயம்..."

அவர் இருளில் மறைந்து போனார், நான் காத்துக் கொண்டு நின்றேன். எவ்வளவு நேரம் காத்திருந்தேன் என்று எனக்குத் தெரியாது – எல்லையற்றது போல அது காணப்பட்டது. நான் உறைந்து போய்க் கொண்டிருந்தேன், உடல் நடுங்க ஆரம்பித்தது. எனது கைக்கடிகாரத்தைப் பார்க்க வேண்டும் என்று கூட எனக்குத் தோன்றவில்லை. சிறிதளவு ஓசையும் எழாதவாறு கவன மாக இருந்தபடி, எனது கைகளையும், முழங்காலையும் வெது

வெதுப்பாக இருக்க வேண்டி விரைவாக அசைத்துக் கொண்டேன். அவ்வப்பொழுது கேட்பதற்காக நிறுத்திக் கொள்ளவும் செய்தேன்.

கடைசியில் ஒரு மெல்லிய தெறிப்பை உணர்ந்தேன், எனது வாய்க்கு மேலாகக் கைகளைக் கவிழ்த்துக் கொண்டு "நில்...நில்..." என்று ஜெர்மன் மொழியில் கிசுகிசுத்தேன்.

"நிறுத்து, பிசாசே! இங்கே வா..." மெல்லமெல்ல மிதித்தபடி அநேக எட்டுகள் எடுத்து வைத்தேன். குளிர்ந்த நீர் எனது காலணி களுக்குள்ளாகச் சென்றது. எனது கால்கள் பனியில் இருப்பது போல இருந்தது.

"இடுக்கு வழியில் விஷயங்கள் எப்படியிருந்தன—அமைதியாகத் தானே?" என்பதுதான் ஹோலினின் முதலாவது கேள்வி.

"ஆமாம்."

"அங்கு பார், நீ பீதியுற்றது போல இருக்கிறாய்!" அவர் மன நிறைவோடு கிசுகிசுத்தார். என்னிடமிருந்து எனது துப்பாக்கியை எடுத்துக் கொண்டபடி "பின்புறமாக ஏறு" என்று உத்தரவிட்டார். நான் உள்ளே ஏறி அமர்ந்த உடனேயே நதியை எதிர்த்து அவர் துடுப்புப் போடத் தொடங்கினார்.

படகின் பின்புறமாக அமர்ந்திருந்த நான், எனது காலணி களைக் கழற்றி அதிலிருந்த நீரை வெளியே ஊற்றினேன்.

பனி கனமாக விழுந்தது, நதியைத் தொட்ட உடனேயே பனிக்கீற்றுகள் உருகிப் போயின. இடதுபுறக் கரையிலிருந்து மற்றொரு ஒளிகாட்டும் வெடி வெடிக்கப்பட்டது. அது தலைக்கு மேலாக நேராகச் சென்றது. நாங்கள் சுற்றித் திரும்ப வேண்டி யிருந்தது, ஆனால் ஹோலின் படகை மேல்நோக்கியபடி தொடர்ந்து செலுத்திக் கொண்டிருந்தார்.

"எங்கே போய்க் கொண்டிருக்கிறாய்?" எனக் கேட்டேன்.

பதிலேதும் கூறாது கடினமாக இழுத்துக் கொண்டிருந்தார். எனது வினாவைத் திரும்பவும் கேட்டேன்.

"இதோ, குடி!" என்று கூறி என்னிடம் தட்டையான ஒரு சிறிய குடுவையை நீட்டினார்.

மிகுந்த சிரமத்துடன் உறைந்துபோன கைகளால் அதன் மூடியைத் திருகினேன். கொஞ்சம் வோட்கா குடித்தேன். அது

எனது தொண்டையில் ஒருவித மகிழ்ச்சியான எரியுணர்வை ஏற் படுத்தியது. உள்ளுக்குள்ளாக வெதுவெதுப்பாக இருப்பதுபோல உணர்ந்தேன், ஆனால் என்னால் நடுங்காமல் இருக்க முடிய வில்லை.

"குப்புறக் கவிழ்த்துக் குடி!" துடுப்பை வலித்தபடி ஹோலின் கிசுகிசுத்தார்.

"உனக்கு?"

"நாம் திரும்பிய பிறகு நான் குடித்துக் கொள்கிறேன். நீ என்னைக் கவனிப்பாயா?"

மற்றுமொருமுறை குடித்தேன், வருத்தம் தரும் வகையில் அது காலியாகிவிட்டதை அறிந்தேன். குடுவையை எனது பைக்குள்ளாகத் திணித்துக் கொண்டேன்.

"அவன் இன்னமும் போய்ச் சேராமல் இருந்தால் என்ன செய்வது?" ஹோலின் திடீரென்று கூறினார். "அங்கேயே இருந் தால்தான் என்ன, காத்திருக்கட்டும்... இப்போது அவனோடு அங்கே இருக்கவேண்டுமென்று நான் ஆசைப்படுகிறேன்...!"

நாங்கள் ஏன் சோம்பிக் காணப்பட்டோம் என்பதை பிறகு நான் உணர்ந்து கொண்டேன். "ஏதாவது நடந்து விட்டால்" பையனுடைய ஆதரவுக்குச் செல்வதற்காக, எதிரியின் கரைப் பக்கம் இறங்குவதற்காக இடுக்கு வழிக்கு எதிர்புறம் நாங்கள் இருந்தோம். அங்கிருந்து, இருளினின்றும், முறையாக இடைவெளி விட்டு எந்திரத் துப்பாக்கிகளின் வெடிகள் நதியைத் துடைத்துச் சென்றன. எங்களுக்கு நெடுகே நீரைக் கிழித்துக் கொண்டு குண்டுகள் சீறிப் பாய்கின்ற ஒவ்வொரு முறையும் நான் அஞ்சி விலகினேன். பெரும்பாலும் இந்த இருளில் எங்களைக் கண்டுபிடிப் பது முடியாது. குழி தோண்டிக் கொள்ளவோ, மறைவிடத்தைத் தேடிக் கொள்ளவோ ஒருவருக்கு இயலாத ஓரிடத்தில், எதிரி யினுடைய குண்டுவீச்சுக்குத் தன்னைக் காட்டிக் கொண்டு, திறந்த நீர்ப்பரப்பிலே, பனிப் போர்வையிலே செல்லும் மகிழ்ச்சியற்ற அனுபவமானது எந்த வகையிலும் கண்டிக்கத்தக்கது. என்னை உற்சாகப்படுத்துவதற்கு ஹோலின் முயன்றார், கிசுகிசுத்தார்:

"இது போன்ற குண்டுகளைக் கண்டு முட்டாள் அல்லது கோழை மட்டுமே அவற்றுக்கு இலக்காக முடியும். இதை நினைவில் கொள்ளவும்...!"

கதசோனவும் முட்டாளுமல்ல, கோழையுமல்ல இதை நான் உறுதி கூற முடியும், ஆனால் நான் எதுவுமே சொல்லவில்லை.

சற்று நேர இடைவெளிக்குப் பிறகு, என்னைத் திசை திருப்ப வேண்டும் எனத் தெளிவாக விரும்பியபடி "உன்னுடைய மருத்துவ அதிகாரி உடன் கூட்டாளியைக் காட்டிக் கொடுப்பவள்!" என்றார்.

அந்த மருத்துவ அதிகாரியைப் பற்றி நிதானமாக எண்ணியபடி பல்லைக் காட்டியபடி "மோசமில்லை" என்றேன். நான் வேறு எதைப் பற்றியாவது நினைத்துக் கொண்டிருந்தால் அது உதவிக் காவல் அரணின் வெதுவெதுப்பான நிலவறையும் அடுப்புந்தான். அருமையான இரும்பு அடுப்பு...!"

இடது கரையில் மூன்று அடையாளங்காட்டும் வெடிகள் வெடிக்கப்பட்டன. அது பாதுகாப்பையும் வெதுவெதுப்பையும் எதிர் நோக்கும் கரையாகத் தென்பட்டது. திரும்பி வரும்படி அவர்கள் எங்களுக்கு சமிக்ஞை காட்டிக் கொண்டிருந்தார்கள். ஆனால் நாங்கள் இன்னமும் வலப்புறக் கரைக்குப் பக்கமாக சுற்றி வட்டமிட்டுக் கொண்டிருந்தோம்.

"அவன் அதை முடித்திருப்பான் என்றே நான் கருதுகிறேன்," என்றார் ஹோலின் கடைசியாக, பலமாக வலித்தபடியால் படகு சுற்றி அலைந்தது.

இருளில் கூட திசை நிலையைச் சரியாக அறிந்து குறிப்பிடத் தக்க முறையில் துல்லியமாக படகைச் செலுத்தினார். எனது பட்டாளியன் இருந்த வலது பக்கத்தில் பெரிய எந்திரத் துப்பாக்கி மறைகுழிக்கு நேராக நாங்கள் சென்றோம். அங்குதான் புறக்காவல் அரண் பிளாட்டூன் கமாண்டர் இருந்தார்.

அவர்கள் எங்களுக்காகக் காத்துக்கொண்டு இருக்கிறார்கள், மெதுவான முறையில் ஆனால் அதிகாரத் தோரணையில் விசாரித்தார்கள்: "நில்லுங்கள்! யார் அங்கே போவது...?' நான் மறுமொழி அளித்தேன். அவர்கள் எனது குரலை அடையாளம் கண்டு கொண்டார்கள், கண நேரத்தில் நாங்கள் கரையிறங்கினோம். நான் முற்றாகக் களைத்துப் போய்விட்டேன், உருள் குவளை நிறைய வோட்காவை நான் குடித்திருந்தாலுங்கூட நான் இன்னமும் நடுங்கிக் கொண்டுதானிருந்தேன், உறைந்துபோன கால்களைக்கூட என்னால் எடுத்து வைக்க முடியவில்லை. வாய்

அசைவின் மூலம் எனது பற்களைக் காட்டாமலிருக்க முயன்றபடி, படகை இழுத்து உருமறைப்புச் செய்யும்படி உத்தரவிட்டேன். துணிச்சல் மிக்க வீர சாகசங்களைச் செய்யவும், வருவது வரட்டும் என்ற மனப்பாங்குடையவரும் எனக்கு மிகவும் பிடித்தமான ஸ்குவார்டு கமாண்டர் சார்ஜெண்ட் ஸூயெவ் உடன்வர நாங்கள் கரையை விட்டு நடந்து சென்றோம். அவர் முன்னே நடந்து போய்க்கொண்டிருந்தார்.

"ஆனால் எங்கே அந்தக் கைதி, தோழர் சீனியர் லெப்டினன்ட்?" திரும்பியபடி திடீரென்று அவர் கிண்டலாகக் கேட்டார்.

"என்ன கைதி?"

"ஒரு கைதியைப் பிடித்துவர நீங்கள் போய்க் கொண்டு இருந்ததாக அவர்கள் கூறினார்கள்."

எங்களுக்குப் பின்னால் நடந்து வந்து கொண்டிருந்த ஹோலின், என்னைப் பக்கவாட்டில் தள்ளிவிட்டு ஸூயெவிடம் விரைந்தார்:

"கைதி பற்றி பேசும் உன் நாவை அடக்கி வைப்பது நல்லது! புரிந்ததா?" சுருக்கமாகத் தனது வார்த்தைகளை முடித்துக் கொண் டார். அவர் தனது வலுவான கையை ஸூயெவின் தோள்மீது போடவோ, அவரது கழுத்துப்பட்டையைப் பிடிக்கவோ செய்வார் என்றுகூட நினைத்தேன். ஹோலின் நயமற்ற, மிகவும் முன்கோபி யாக இருந்தார். "உன் நாக்கை உன் பற்களுக்கு இடையிலேயே வைத்துக்கொள்!" அச்சுறுத்துமாறு அவர் திரும்பவும் கூறினார். "உடல்நலனுக்கு அது நல்லதாக இருப்பதைக் காண்பாய்...! இப்பொழுது நீ திரும்ப உன் இடத்திற்கே போகலாம்...!"

ஸூயெவ் சற்றுப் பின்னுக்குத் தங்கிப்போன உடனேயே ஹோலின் வேண்டுமென்றே உரத்த கண்டிப்பான குரலில் பேசினார்:

"உன்னுடைய பட்டாளியனில் நாக்கு நீண்ட அநேகம் பேரை நீ வைத்திருக்கிறாய், கால்த்ஸெவ்! நமது விவகாரத்தில் அது மிக பயங்கரமான விஷயம்..."

இருளிலே எனது தோள்மீது கையைப் போட்டு எனது முழங்கையைப் பற்றியபடி கிண்டலாக முணுமுணுத்தார்:

"நீ மிக அருமையான ஆள்தான்! ஒரு கைதியைப் பிடிக்க மறைந்து போனதாக உன் பட்டாளியனைக் கற்பனை செய்ய வைத்திருக்கிறாய்!"

*

நிலவறைக்குத் திரும்பியதும், உபரி எந்திரத்தைப் பயன்படுத்தி அடுப்பைக் கொழுந்துவிட்டு எரியச் செய்தோம், பிறகு ஆடைகளைக் களைந்து துவாலைகளால் நாங்களாகவே துடைத்துக் கொண்டோம்.

காய்ந்துபோன உள்காற்சட்டையை அணிந்துகொண்டு, தனது தோள்களுக்கு மேலாகத் தனது மேலங்கியைத் தொங்க விட்டுக்கொண்டு ஹோலின் மேசையின் மீது அமர்ந்தார். அதன் மீது அவர் விரித்துப் போட்டிருந்த வரைபடத்தை மிக நெருக்கமாக ஆராய்ந்து கொண்டிருந்தார். நிலவறைக்கு வந்த அந்தக் கணம் முதலே அவர் வாட்டமாகக் காணப்பட்டார். களைப்பாகவும், கவலை கொண்டவர் போலவும் அவர் தோன்றினார்.

மேசையின் மீது கொஞ்சம் ஆகாரங்களை வைத்தேன் – ஒரு டின் உப்பிட்ட மாட்டிறைச்சி, பன்றிக்கறி, உப்பிட்ட வெள்ளரிக்காயுடன் கூடிய ஒரு பில்லிகேன், ரொட்டி, புளித்த பால் மற்றும் ஒரு குடுவையில் வோட்கா.

"ஓ, அவன் அங்கே எப்படிப் போய்ச் சேர்ந்திருக்கிறானோ என்பதை நான் அறிய விரும்புகிறேன்!" என்று திடீரென்று வியந்து கூறிய ஹோலின் எழுந்திருந்தார். "என்ன விஷயமென்று நான் அதிசயிக்கிறேன்?"

"ஏன்?"

"மறுபுறத்திலுள்ள ரோந்துதான் – அரைமணி நேரத்திற்குப் பிறகு அது கடந்து செல்ல வேண்டியிருந்தது. புரிந்ததா...? அதன் அர்த்தம் என்னவென்றால் ஒன்று ஜெர்மானியர்கள் தங்களுடைய புறக்காவல் முறையை மாற்றியிருக்க வேண்டும் அல்லது நாம் அதைக் குழப்பி இருக்க வேண்டும். எப்படியிருந்தாலும் பையன் தனது உயிரைக் கொடுக்க வேண்டியிருக்கும். என்னால் விளங்கிக் கொள்ள முடியவில்லை. ஒரு நிமிடத்தைக்கூடக் கணக்கிலெடுத்து நாங்கள் வேலை செய்திருந்தோம்."

"ஆனால் அதை அவன் செய்துவிட்டான். நாங்கள் நீண்ட நேரமாகக் காத்துக் கொண்டிருந்தோம் – ஒரு மணி நேரம்

காத்திருந்தோம். ஆனால் ஒவ்வொன்றும் அமைதியாகவே இருந்தது."

"என்ன செய்தான்?" ஹோலின் எரிச்சலோடு கூறினார். "நீ அறிந்துகொள்ள விரும்பினால் அவன் ஐம்பது கிலோமீட்டர்களைக் கடக்க வேண்டி இருந்தது. அதில் சுமார் இருபது கிலோமீட்டர் களைச் சூரிய உதயத்திற்கு முன்னால் அவன் கடந்து செல்ல வேண்டி இருக்கும். ஒவ்வொரு காலடிக்கும் அவன் ஜெர்மானியர் களிடம் ஓடுவான். எத்தனையோ எதிர்பாராத விஷயங்கள் நடக்கலாம்...! ஆ... நல்லது, அது குறித்துப் பேசிக் கொண்டிருப்பது எதற்கும் பயன்படாது...!" அவர் மேசையிலிருந்து வரைபடத்தை அகற்றினார். "வா!"

இரண்டு குவளைகளில் நான் வோட்காவை ஊற்றினேன்.

"உரசிக்கொள்ள வேண்டாம், தயவு செய்து," என என்னை எச்சரித்தபடி குவளைகளில் ஒன்றை எடுத்துக் கொண்டார் ஹோலின்.

குவளைகளை உயரப் பிடித்தபடியே அமைதியாகப் பல நிமிட நேரம் நாங்கள் அமர்ந்திருந்தோம்.

"ஆ, கதசோனவ், கதசோனவ்!" பெருமூச்சு விட்டார் ஹோலின், தனது குரலில் துயரம் படர கோபத்தோடு என்னைப் பார்த்தபடி, "அவர் உனக்கு ஒன்றுமில்லை! ஆனால் எனது உயிரைக் காத்தார்..."

ஒரே மூச்சில் அவர் வோட்காவைப் பருகினார். இருப்பு ரொட்டித் துண்டு ஒன்றை எடுத்துக் கொண்டு கேட்டார்: "இன்னும் கொஞ்சம்!"

என்னுடையதை நான் பருகினேன், குவளைகளில் திரும்பவும் ஊற்றினேன் – அவருக்கு விளிம்பு வரையிலும் எனக்குக் கொஞ் சமாகவும்.

தனது குவளையை எடுத்துக்கொண்டு, பையனுடைய பொருட்கள் எல்லாம் இருந்த பெட்டி வைக்கப்பட்டிருந்த மேசைப் பக்கம் திரும்பி அமைதியாகப் பேசினார்:

"நீ திரும்பி வருவதென்பது இங்குதான் இருக்கிறது, மீண்டும் ஒருபோதும் போகப் போவதில்லை. இங்குதான் உனது எதிர்காலமே இருக்கிறது!"

நாங்கள் குவளைகளைக் காலி செய்தோம். கொறி உணவு திண்ணத் தொடங்கினோம். ஆமாம், எந்தக் கேள்வியுமில்லாமல் அதே கணத்தில் அந்தப் பையனைப் பற்றித்தான் இருவருமே நினைத்துக் கொண்டிருந்தோம். அடுப்பின் பக்கங்களும் உச்சியும் சிவக்கப்பழுத்திருந்தன. நாங்கள் திரும்பவும் வந்து இங்கே வெதுவெதுப்பாகவும் பாதுகாப்பாகவும் உட்கார்ந்து கொண்டிருந் தோம், அதேவேளை அவனோ அங்கே வெளியே இருந்தபோது, எதிரியின் படை முன்னணியில் பனியிலும், இருளிலும் தவழ்ந்து கொண்டு, ஒவ்வொரு எட்டிலும் சாவை எதிர்நோக்கி இருந்தான்.

குழந்தைகளிடம் விஷேடமான அன்பை ஒருபோதும் நான் கொண்டிருந்ததில்லை, ஆனால் இந்தப் பையன் – அவனை நான் இரண்டு முறையே சந்தித்திருந்தாலும் – எனக்கு மிக நெருக்கமான வனாகவும் அன்புக்குரியவனாகவும் மாறியிருந்தான், கடும் வேதனையின்றி என்னால் அவனை நினைத்துப் பார்க்க முடிய வில்லை.

அதற்கு மேல் நான் ஏதும் குடிக்கவில்லை. ஆனால் தனது மூன்றாவது குவளையை ஹோலின் பூரணமான அமைதியில் காலி செய்தார். விரைவிலேயே அவருக்கு வெறி மயக்கம் ஏற்பட்டது, என்னைத் துயரத்தோடு பார்த்தபடி கண்களில் கிளர்ச்சி பொங்க உட்கார்ந்து நினைத்து நினைத்துத் தேங்கலானார்.

ஒரு சிகரெட்டைப் பற்றவைத்துக்கொண்டு “இரண்டு ஆண்டுகளுக்கு மேலாகச் சண்டையிட்டுக் கொண்டிருப்பதாக நீ கூறுகிறாய்?” என்று முணுமுணுத்தார். “நானும் அப்படித்தான்... ஆனால் நாம் சாவை முகத்துக்கு நேராகச் சந்தித்ததில்லை, இவான் வழியில் நாம் குறைந்தளவுகூடச் சென்றதில்லை... உனக்குப் பின்னால் ஒரு பட்டாளியனும், ஒரு ரெஜிமெண்டும், ஒரு முழு இராணுவமும் இருக்கின்றன... ஆனால் அவனுக்கு அவனே எல்லாம்!” கோபம் கொப்பளிக்க இதை ஹோலின் உரக்கக் கூச்சலிட்டவாறு கூறினார். “ஒரு குழந்தை...! பேன் விழுந்த கத்திக்காக அவனிடம் நீ காழ்ப்புக் கொண்டாய்...!”

## 8

“அவனிடம் காழ்ப்பா...!” இல்லை, என்னால் முடியாது. அந்தக் கத்தியை வேறு யாருக்கும் கொடுக்க எனக்கு உரிமை கிடையாது, அது ஒரு நினைவூட்டுச் சின்னம், இறந்துபோன ஒரு நண்பனுடைய ஒரே ஒரு நினைவுச் சின்னம்.

எனினும், எனது வாக்கை நான் காப்பாற்றினேன். டிவிஷனல் ஆயுத உற்பத்திச் சாலையில் ஓர் அருமையான மனிதர், யூரல் தொழிற்பகுதியிலிருந்து வந்த மூத்த பொறி இணைப்பாளர். கடந்த வசந்தத்தின்போது கன்ஸ்தந்தீனின் கத்திக்கு ஒரு கைப்பிடியைச் செதுக்கிக் கொடுத்தார். இப்போதும் அவரை நான் அதே போன்ற ஒன்றை, புத்தம் புதிய போர்முனைக் கத்தி ஒன்றைக் கொடுத்து, அதற்கு அமைத்துக் கொடுக்கும்படி கேட்டேன். நான் அவரிடம் கேட்க மட்டுமே செய்யவில்லை, தொழிற்கருவிகள் கொண்ட ஒரு பெட்டியையும் கொண்டுவந்தேன் – போரின் ஆதாயமாகக் கிடைத்த ஜெர்மானியத் தயாரிப்பான ஒரு நெரிகுறடு, துளையிடு கருவிகள், உளிகள் ஆகியன. நான் அவற்றை விரும்பவில்லை, அவரோ குழந்தையைப் போல மகிழ்ச்சியடைந்தார்.

கத்தியின் கைப்பிடியானது மிக அருமையாகச் செய்யப்பட்டது: தகட்டில் வெட்டுக்குறிகளும், அதன் குமிழியில் “க. ஹோ” என்று சொந்தக்காரனுடைய தலைப்பு எழுத்துக்களும் இல்லாதிருந்ததே கன்ஸ்தந்தீனுடையதிலிருந்து அதை வேறுபடுத்திப் பார்க்க முடிந்தது. இத்தகு அருமையான கைப்பிடியுடன் கூடிய உண்மை யான போர்முனைக் கத்தியைப் பெறுகின்றபோது எந்த அளவுக்குப் பையன் மகிழ்ச்சியடைவான் என்பதை நானே எண்ணிப் பார்த்துக் கொண்டேன். நான் என்னுடைய வாலிபப் பருவத்தைக் கடந்து நீண்ட காலமாகிவிடவில்லை.

ஹோலினையோ, லெப்டினன்ட் கர்னல் கிரியஸ்னோவையோ நான் சந்தித்த உடனே அதை ஒப்படைக்க வேண்டும் என்ப தற்காகக் கத்தியை எனது இடைவாரில் அணிந்து கொண்டேன். நானே இவானைச் சந்திப்பது என்பது மிகக் கடினமானதாகவே இருக்க முடியும். அவன் இப்பொழுது எங்கே இருக்கிறானோ என்று அவனைப் பற்றி நினைத்தபடி நான் அடிக்கடி வியப்பதுண்டு.

இவை மிகவும் மோசமான நாட்களாக இருந்தன. எங்களது இராணுவ டிவிஷன்கள் நீப்பரைனோக்கிச் சென்றன. மேலும் தகவல் அறிக்கை “வலது கரையிலுள்ள பாதையை விரிவுபடுத்து வதற்காக வேண்டி நடந்த போர்களை வெற்றிகரமாக நடத்திக் கொண்டிருக்கிறார்கள்...” எனத் தெரிவித்தது.

நான் கத்தியை மிக அரிதாகத்தான் பயன்படுத்தினேன், ஹாம்பர்க்கிலிருந்து வந்த முரட்டுத்தனமான லான்ஸ் கார்ப் போரலுடன் கைக்குக் கை பொருந்தியபோது எதையும் எண்ணா மல் அதை நான் பயன்படுத்தினேன், இல்லையென்றால் தன் னுடைய மண்வாரியால் என் மண்டையைப் பிளந்து உடைத்திருப் பான்.

ஜெர்மானியர்கள் மூர்க்கமான எதிர்ப்புக் கொடுத்தார்கள். கடுமையான தாக்குதல்களின் எட்டாவது நாளைக்குப் பிறகு, தற்காப்பு நடவடிக்கையை மேற்கொள்ளும்படி உத்தரவு பெற்றோம். அப்போது நவம்பர் மாதத்தின் குளிர்நிறைந்த பிரகாசமான பகற்பொழுதில், புரட்சிகர விடுமுறை நாள் தருணத்தில் லெப்டினன்ட் கர்னல் கிரியஸ்னோவை நான் சந்தித்தேன். நடுத்தர உயரமும், உறுதி வாய்ந்த உடலும் பெரிய தலையும் கொண்ட ஒரு மனிதர், பெரிய மேலங்கியும், காது மறைப்பானுடன் கூடிய மென்மயிர்த் தொப்பியும் அணிந்து கொண்டு, சாலையோரத்தில் தனது வலது காலை லேசாக இழுத்தபடி, பின்லாந்துப் போரின்போது அது காயம்பட்டது, மேலும் கீழும் நடந்துபோய்க்கொண்டிருந்தார். எனது பட்டாளி யனில் எஞ்சியிருந்த சிலர் தங்கியிருந்த காட்டுப் பகுதியின் ஓரத்தை விட்டு நான் வெளியே வந்த உடனேயே தொலைவிலிருந்தே அவரை அடையாளம் கண்டு கொண்டேன். “என்னுடைய” பட்டாளியன் என்று இப்பொழுது முழு உரிமையோடு என்னால் கூற முடியும்: படையெடுப்பின் தருணத்தில் பட்டாளியன் கமாண்டர் என்ற பதவியில் நான் உறுதி செய்யப்பட்டேன்.

காட்டில் எல்லாமே அமைதியாக இருந்தது. தரையானது உறைபனி வெண்திரைகளால் மூடப்பட்ட இலைகளால் நிரம்பி யிருந்தது. அங்கு குதிரைச் சாணம், மூத்திரத்தின் நெடி வீசியது. இந்தப் பகுதியில் ஒரு கஸாக்கியப் படைப்பிரிவு நடவடிக்கை மேற்கொண்டது. படைவீரர்கள் வெட்டவெளியில் இரவில் தங்கும் இடமாக இருந்தது இந்தக் காடு. புதிய பாலுடோம் அடுப்பிலிருந்து எடுத்த சூடான ரொட்டியோடும், குதிரைகள் மற்றும் பசுக்களின் மணம் எனது மனத்தில் குழந்தைப் பருவத்திலிருந்தே இணைந்து இருந்தது. ஒரு குழந்தைபோல இருந்த கிராமப்புற நினைவுகளைத் திரும்பக் கொணர்ந்தது. என்மீது மட்டுமீறி அன்பு காட்டிய கூனிப்போன கிழவியாகிய என் பாட்டியுடன் ஒவ்வொரு கோடைக்காலத்தையும் நான் செலவிடுவது வழக்கம். உண்மையாகவே, அது வெகு காலத்திற்கு முன்பு அல்ல, ஆனால் இப்பொழுது தொலைவில் நடந்தது போல, ஒருபோதும் திரும்பச் செய்ய முடியாதபடி தொலைவில் நடந்தது போல, போருக்கு முந்திய ஒவ்வொன்றைப் போலவும் காணப் படுகிறது.

காட்டை விட்டு நான் வெளியேறிய உடனேயே குழந்தைப் பருவ நினைவுகள் மறைந்தன. ஜெர்மானியர்களுடைய வாகனங்

கள், எரிந்து போனதாலும், கைவிடப்பட்டதாலும் சாலை மேடு பள்ளங்களாகக் கிடந்தது. சாலை நெடுகிலும் இறந்துபோன ஜெர்மானியர்கள் அரைகுறையாக மூடப்பட்டும், பள்ளங்களில் பல்வேறு கோணங்களிலும் கிடந்தார்கள். ஆழமாக வெட்டப்பட்ட குழிகள் முழுக்க பிணங்களின் குவியல் நிறைந்து காணப் பட்டன.

சாலை வழியில், லெப்டினன்ட் கர்னல் கிரியஸ்னோவ் நின்ற இடத்திலிருந்து சுமார் இருநூறு அடித் தொலைவில், அவரது வண்டி ஓட்டுநரும் மொழிபெயர்ப்பாளரும் – பின்னையவர் ஒரு லெப்டினன்டிற்குரிய தோள்பட்டையுடன் இருந்தார். ஜெர்மானிய ஆயுதம் தாங்கிய ஓர் உடலின் மீது ஏதோ மும்முரமாகச் செய்து கொண்டிருந்தார்கள். மற்ற நால்வரும், அவர்களுடைய பணித் தரத்தை என்னால் கண்டுகொள்ள முடியவில்லை, சாலையின் மறுபுறம் இருந்த மறைகுழிகளுக்கிடையே தேடிக் கொண்டிருந் தார்கள். லெப்டினன்ட் கர்னல் அவர்களிடம் எதையோ உரக்கச் சொல்லிக் கொண்டிருந்தார். காற்றுக் காரணமாக என்னால் அதை என்னவென்று விளங்கிக்கொள்ள முடியவில்லை.

நான் நெருங்கிச் சென்றபோது, கரிய, வைசூரி விழுந்த அடையாளம் கொண்ட சதைப் பிடித்த தனது முகத்தைக் கிரியஸ் னோவ் என் பக்கம் திருப்பிக் கண்டிப்பான குரலில் பேசியது என்னை வியப்பில் ஆழ்த்தியது அல்லது மகிழச் செய்தது, "ஹலோ கால்த்ஸெவ், உயிருடன் இருக்கிறாயா?!"

"உயிருடன்தான் உலாவிக் கொண்டிருப்பதைப் பார்க் கிறீர்களே!" நான் முறுவலித்தேன். "உங்களுக்கு வணக்கம்!"

"வணக்கம்! நீ உயிருடன் இருக்கிறாய் என்றால் வணக்கம்!"

முன்கூட்டியே நீட்டப்பட்ட அவரது கையைக் குலுக்கினேன், பிறகு சுற்றிலும் யாரும் இல்லையே என்பதை உறுதி செய்து கொள்வதற்காக சுற்றிலும் பார்த்துக்கொண்டு கேட்டேன்:

"தோழர் லெப்டினன்ட் கர்னல், உங்களிடம் ஒரு கேள்வி கேட்கலாமா – இவான் திரும்பி வந்து விட்டானா?"

"இவான்...? யாரது இவான்...?"

"பையன்தான், போன்தரெவ்."

"அவன் திரும்பி வந்து விட்டானா இல்லையா என்பதில் உனக்கு என்ன இருக்கிறது?" கருத்த ஆய்வுதிறமிக்கக் கண்களால் என்னை ஆராய்ந்தபடி முகச் சுளிப்புடன் கிரியஸ்னோவ் கேட்டார்.

"நல்லது, குறுக்கே கடப்பதற்கு நான் உதவினேன் என்பதைக் கருதி..."

"அதனோடு இதற்கென்ன தொடர்பு இருக்கிறது! அவன் அறிந்திருக்க வேண்டும் எனக் கருதுவதை ஒவ்வொருவரும் அறிவார்கள். அதுதான் இராணுவத்திற்கான சட்டம், குறிப்பாக வேவு பார்ப்போர்க்கு!"

"ஆனால் அதிகார முறையில் இதை நான் கேட்டுக் கொண்டி ருக்கவில்லை. முற்றிலும் சொந்த முறையின்பாற்பட்டது... நீங்கள் எனக்கு ஓர் உதவி செய்ய முடியுமா? இதை அவனுக்குக் கொடுப் பதாக நான் வாக்குக் கொடுத்திருந்தேன்..." நான் எனது மேலங் கியைக் கழற்றி, எனது இடைவாரிலிருந்து கத்தியை எடுத்தேன், அதை கிரியஸ்னோவிடம் ஒப்படைத்தேன். தயை செய்து இதை அவனிடம் கொடுத்து விடுங்கள். இதை எந்த அளவுக்கு விரும்பினான் என்பதை நீங்கள் அறிந்திருக்க வேண்டும்!"

"எனக்குத் தெரியும், கால்த்ஸெவ், எனக்குத் தெரியும், லெப்டி னன்ட் கர்னல் கத்தியை எடுத்துப் பார்த்துக் கொண்டபடி பெரு மூச்சுவிட்டார். "மோசமில்லை. ஆனால் இதைவிடச் சிறந்தவை களை நான் பார்த்திருக்கிறேன். இதுபோன்ற கத்திகள் அதிக மில்லையென்றாலும் ஒரு டஜன் அளவுக்காவது வைத்திருந்தான்... ஒரு பெட்டி நிறையச் சேகரித்திருந்தான். உனக்குத் தெரியுமா, இதில் அவன் பெருவிருப்புக் கொண்டிருந்தான்! அவனுக்கு அது போன்ற வயது. சிறுவன், அவனிடமிருந்து நீ என்ன எதிர்பார்க்க முடியும்...! நல்லது, அவனைப் பார்க்கும்போது அவனிடம் இதை நான் கொடுத்து விடுகிறேன்..."

"பிறகு... அவன் திரும்பி வரவில்லையா? கிளர்ச்சியாகக் கேட்டேன். அவன் திரும்ப வந்தான், மீண்டும் போய் விட்டான்... அவனாகவே போய் விட்டான்..."

"அது எப்படி நடந்தது?"

கிரியஸ்னோவ் முகம் சுளித்தார், தொலைவில் எதையோ அமைதியாக உற்றுப் பார்த்தார். பிறகு ஆழ்ந்த கரகரத்த குரலில் அமைதியாகக் கூறினார்:

"நாங்கள் அவனைப் பள்ளிக்கு அனுப்பிக் கொண்டிருந்தோம். ஏற்றுக்கொள்வதுபோல அவனும் காணப்பட்டான். காலையில் அவனுக்குரிய குறிப்புகளை நாங்கள் தயாரிக்க வேண்டி இருந்தோம், ஆனால் இரவிலே அவன் எங்கோ சென்று விட்டான்... நான் அவனைக் குற்றம் சொல்ல மாட்டேன். அது ஒரு நீண்ட கதை, மேலும் அதை அறிந்துகொள்ள வேண்டிய அவசியம் உனக்கில்லை..."

பெரிதாக விழுந்த வைசூரித் தழும்பு கொண்ட தனது முகத்தை என் பக்கம் திருப்பினார். அது கடுகடுப்பாகவும் சிந்தனை வயப்பட்டதாகவும் இருந்தது.

"அவனிடமிருந்து இன்னமும் வெறுப்பு நெருப்பு அணைந்து போகவில்லை. அவனால் எந்தச் சமாதானமும் காண முடிய வில்லை. அவன் திரும்பிவரக் கூடும். ஆனால் பெரும்பாலும் அவன் கொரில்லாக்களுடனே சேருவான்... அவனை மறந்து விடும்படி உனக்கு நான் அறிவுரை கூறிக்கொள்கிறேன், இதை எதிர்காலத்தில் நினைவில் கொள்: பின்னணியில் உள்ள நமது ஆட்களைப் பற்றி ஒருபோதும் கேள்வி கேட்காதே. அவர்களைப் பற்றிக் குறைவாகச் சொல்லப்படுவதும், குறைவான ஆட்கள் அறிந்திருப்பதும், அவர்கள் அதிக காலம் வாழ்வார்கள்... எதிர் பாராத வகையில் நீ அவனைச் சந்தித்தாய் இதைச் சொல்வதற்கு என்னை மன்னிக்க வேண்டும் – அவனைப் பற்றி எதுவும் அறிந்து கொள்ள வேண்டும் என நீ எதிர்பார்க்கப்படவில்லை! ஆகவே தயவு செய்து எதிர்காலத்தில் நினைவில் கொள். உனக்கு எந்த போன்தரெவும் தெரியாது, அது போன்ற ஓர் ஆளே கிடையாது, நீ ஒருபோதும் எதையும் பார்த்ததோ கேட்டதோ கிடையாது. கடந்து செல்வதற்கு நீ யாருக்கும் உதவி செய்யவில்லை! ஆகவே கேட்பதற்கு எந்த வினாக்களும் இல்லை. புரிந்ததா...?"

பிறகு நான் எந்த வினாக்களையும் கேட்கவில்லை. அந்த விஷயம் பற்றிக் கேட்பதற்குக் கூட ஆட்களில்லை. அதன் பிறகு சீக்கிரத்திலேயே சாரணர் பணிமேற் சென்றபோது ஹோலின் கொல்லப்பட்டார். பொழுது புலர்வதற்கு முன்னதாக மங்கிய இருட்டில் அவரது குழுவினர் ஜெர்மானியர் பதுங்கியிருந்த இடத்திற்கு ஓடினர். எந்திரத் துப்பாக்கிக் குண்டுவீச்சால் ஹோலின் இரண்டு கால்களிலும் அடிபட்டுப் போனார். பின்வாங்கிச் செல்லும்படி தனது ஆட்கள் அனைவருக்கும் அவர் உத்தர விட்டார். கடைசிவரை எதிரிகளுக்குப் போக்குக்காட்டச் செய்யும்படி செய்தார். அவர் பிடிபட்டபோது கவச வண்டி

எதிர்ப்பு எறிகுண்டை அவர் வெடிக்கச் செய்தார்... லெப்டினன்ட் கர்னலைப் பொருத்தவரை அவர் வேறு இராணுவத்திற்கு மாற்றப் பட்டார். திரும்பவும் அவரை நான் சந்திக்கவே இல்லை.

ஆனால் இயல்பாகவே, லெப்டினன்ட் கர்னல் எனக்கு அறிவுரை சொன்னபடி என்னால் இவானை மறக்க முடியவில்லை. சிறிய சாரணன் பற்றி நான் அடிக்கடி நினைத்தேன், ஆனால் அவனைத் திரும்பவும் சந்திப்போம் என்றோ, அவனது விதியைப் பற்றி ஏதாவது அறிந்துகொள்வோம் என்றோ ஒருபோதும் எண்ணியதில்லை.

# 9

கோவெல் நகரச் சண்டையின்போது நான் மோசமாகக் காயமுற்றேன், 'குறிப்பிட்ட சேவையாற்றும் மனிதனாக' மாறினேன், போரிடாத துறையைச் சார்ந்த ஊழியராகவோ, பின்னணிப் பாதுகாவற்படை பணிகளிலோ பணியாற்றும்படி மட்டுமே அனுமதிக்கப்பட்டேன். எனது பட்டாளியனுக்கும் எனது டிவிஷனுக்கும் நான் பிரியாவிடை கொடுக்க வேண்டி இருந்தது. கடந்த ஆறு மாத காலப் போரின் போது வேவுப்படைப் பிரிவில் மொழிபெயர்ப்பாளனாக அதே முதலாவது பெலருஷ்ய முன்னணியில் ஆனால் வேறு இராணுவத்தில் நான் பணி யாற்றினேன்.

பெர்லின் போர் ஆரம்பமான பொழுது, நானும் மேலும் இரண்டு அதிகாரிகளும், ஜெர்மானிய ஆவணங்களையும், பத்திரங் களையும் கைப்பற்றுவதற்காக விஷேடமாக அமைக்கப்பட்டிருந்த நடவடிக்கைக் குழுக்களில் ஒன்றினுக்கு, விபரம் எடுத்துரைப் போராக இருந்தோம்.

மே 2ஆம் நாள் பிற்பகல் மூன்று மணிக்கு பெர்லின் சரணடைந்தது. வரலாற்றுச் சிறப்புமிக்க அந்நேரத்திலே நகரின் மையப்பகுதியில், பாதி இடிந்துபோன பிரீன்ஸ் அல்ப்ரெஹ்த்ஷ் திராஸே கட்டிடத்தில், ஜெர்மன் ரகசிய போலீஸ் கெஸ்டபோவின் சமீபத்திய தலைமை நிலையமாக மாறி இருந்த அதில், எங்கள் குழு இருந்தது.

எதிர்பார்த்தபடியே ஏராளமான பத்திரங்கள் எடுத்துச் செல்லப்பட்டோ, அழிக்கப்பட்டோ இருந்தன. உச்சியில், மூன்றா வது மாடியில் எங்களது ஆட்கள் கோப்புகளையும், பெரிய

குறிப்பேடு தொகுதிகளையும் அதன் உள்ளடக்கத்துடன் கண்டு பிடித்தனர். இதனைக் கட்டிடத்திற்குள் முதலாவதாக நுழைந்த சிறு எந்திரத் துப்பாக்கி ஆட்கள் மகிழ்ச்சி பொங்க சன்னல்களி லிருந்து அறிவித்தனர்.

“தோழர் காப்டன், அங்கே முற்றத்திலே ஒரு டிரக் வண்டி நிறைய ஏற்றக்கூடிய அளவுக்குக் காகிதங்கள் இருக்கின்றன!” அகன்ற தோளையுடைய குட்டையான தடித்த போர் வீரன் ஒருவன் மூச்சுவிட முடியாமல் ஓடிவந்து இதை அறிவித்தான். கெஸ்டபோவின் பரந்த முற்றமானது, இப்பொழுது கற்களாலும், கழிபொருட்களாலும் நிறைந்து காணப்பட்டது. டஜன் கணக்கான அல்லது ஒருவேளை நூற்றுக்கணக்கான கார்களும் லாரிகளும் பயன்படுத்திய பொறிவண்டிக் கொட்டிலாக இருந்தது. அவை களில் சில குண்டுவெடிப்புகளால் சிதைவுற்றுக் காணப்பட்டது. நான் சுற்றிலுமாகப் பார்த்தேன்: ஒரு மறைகுழி பாதுகாப்பிடம், இறந்துபோன உடல்கள், குண்டுத்துளைகள், முற்றத்தின் ஒரு மூலை யில் நிலத்திற்குள் வைக்கப்பட்ட வெடிகளைக் கண்டுபிடிக்கும் கருவிகள் இருந்தன.

வெளிவாசலுக்கு அருகே கேஸ் ஜெனரேட்டர்களுடன் ஓர் உயரமான லாரி நின்றது. வண்டியின் பின்பகுதி கீழ்நோக்கிக் கிடந்தது, உள்புறத்தில், கருங்கித்தானால் மூடப்பட்டிருந்தது, எஸ்.எஸ். கருப்புச் சீருடை அணிந்த ஓர் அதிகாரியின் உடலும், கட்டுக்கட்டாகக் கட்டப்பட்ட கோப்புகளும், ஆவணத் தொகுதி களும் இருந்தன.

ஒரு போர்வீரன் லாரிக்குள்ளாக ஏறி கட்டுகளை ஓரமாக இழுத்தான். என்னுடைய படைப்பிரிவு கத்தியினால் அந்த முடிச்சுகளை வெட்டினேன்.

அவை சீ.பீ.போ.யின்–சீக்ரட் பீல்டு போலீஸ்–இராணுவப் பிரிவு மையத்தின் பத்திரங்கள், 1943–44ஆம் ஆண்டைச் சேர்ந்தவை. தண்டிப்பு “நடவடிக்கைகள்”, ஏஜண்டுகளின் தகவல் கள், தேடுதற்கான உத்தரவுகள், அடையாளம் காட்டும் குறிப்புகள், பல்வேறு வகைப்பட்ட செய்திகள் மற்றும் ரகசிய அறிக்கைகளின் நகல்கள், எல்லாமே அவர்களுடைய வீரத்தையும், கோழைத்தனத் தையும் சொல்லக் கூடியவை, சுட்டுக் கொல்லப்பட்ட ஆட்களைப் பற்றியும் பழிவாங்கப்பட்ட ஆட்களைப் பற்றியும், பிடிபட்ட ஆட் களைப் பற்றியும், பிடிக்க முடியாதவர்களைப் பற்றியும் இருந்தன. என்னைப் பொருத்தமட்டில் இந்த ஆவணங்கள் விஷேடமான

ஆர்வத்தை ஏற்படுத்தின, எங்களுடைய முன்னணிப் படை கடந்து சென்ற கோமெல் மற்றும் பொலியேஸ்யெ மாவட்டங் களில்–மொஸீர் மற்றும் பேத்ரிகவ், ரேச்சித்ஸா மற்றும் பீன்ஸ்க் ஆகிய நன்கு அறிமுகமான இடங்கள் எல்லாம் என் முன்னால் எழுந்து நின்றன.

இரகசியப் போலீசார் தேடிக்கொண்டிருந்த அல்லது வேட்டையாடிப் பிடித்த ஆட்கள் குறித்த சுருக்கமான தகவல் களுடன் கூடிய பதிவுப் படிவங்கள் கோப்புகளில் கொஞ்சமாக இருக்கவில்லை. சில படிவங்களில் அவைகளோடு புகைப்படங்களும் ஒட்டப்பட்டிருந்தன.

"யார் இது?" லாரியில் நின்றுகொண்டிருந்த போர்வீரன் பல்வேறு படிவங்களில் மொழுக்கை விரலை வைத்து என்னிடம் கேட்டுக் கொண்டிருந்தான். "தோழர் காப்டன், யார் இது?"

ஒருவகையான திகைப்பால் எதுவுமே பதில் கூறாது, ஒவ்வொரு தாளாகப் புரட்டினேன். ஒவ்வொரு கோப்பாகப் புரட்டிக் கொண்டிருந்தேன், மழையானது எங்களை வெளிப்படை யாகவே நடுங்கும்படி செய்தது.

ஆமாம், எங்களது வெற்றியின் மகத்தான நாளில் பெர்லின் நகரத்தில் மழை பெய்துகொண்டிருந்தது, பழுப்பு நிற வானத்தி லிருந்து குளிர்ந்த சிறு தூறல் பெய்தது. பிற்பகலில் வெகு நேரம் வரையில், புகைக்கும் பனிமூட்டத்திற்கும் இடையே சூரிய ஒளி ஊடுருவி வருகின்றவரை காலநிலையானது மாறவே இல்லை.

பத்து நாள் கடுமையான சண்டையின்போது ஏற்பட்ட வெடிப்பு ஓசைக்குப் பிறகு, இங்குமங்குமாக சில எந்திரத் துப்பாக்கி வெடிப்புகளைத் தவிர, இப்போது மீண்டும் அமைதி ஏற்பட்டிருந்தது. நகரின் மையப் பகுதியில் நெருப்பு சீற்றத்தோடு எரிந்தது. அதேவேளை புறநகர்ப் பகுதிகளில், பல தோட்டங்கள் இருந்த இடங்களில், அளவுக்கதிகமான நறுமண மலர்ப் புதர்ச் செடிகளின் மணம் எல்லா வாசனைக்கும் மேலாக இருந்தது. இங்குமங்குமாக எரிவதால் ஏற்பட்ட கடுமையான புகை நெடியும், கரும்புகையும் இடிபாடுகளுக்கு மேலாக மிதந்து சென்றது.

"இவை எல்லாவற்றையும் கட்டிடத்திற்குள் எடுத்துச் செல்லுங்கள்!" கட்டுகளைச் சுட்டிக்காட்டியபடி, கடைசியாக நான் கூறினேன், அதேவேளை எனது கையிலே நான் வைத்துக் கொண்டிருந்த கோப்பைத் தானாகவே திறந்தேன். அதை நான்

உற்றுப் பார்த்தேன், என் இதயம் அப்படியே நின்றது. படிவத்தில் ஒட்டப்பட்டு என்னைப் பார்த்துக் கொண்டிருந்த புகைப்படம் இவான் புஸ்லோவ் உடையது.

உயரமான கன்ன எலும்புகளையும், அகன்று விரிந்த கண்களையும் கொண்டு நான் உடனடியாக அவனை அடையாளம் கண்டு கொண்டேன்–அதுபோல அகன்று விரிந்த கண்களை நான் ஒருபோதும் பார்த்ததில்லை.

நீப்பர் நதிக்கரை நிலவறையில் அவனை நான் முதலாவதாகச் சந்தித்தபோது அவன் செய்தது போன்று முகத்தைச் சிடுசிடுப்பாக வைத்திருந்தான். அவனுடைய இடது கன்னத்தில் கன்றிப்போன காயம் கருமையான அடையாளத்தை ஏற்படுத்தி இருந்தது.

புகைப்படத்துடன் கூடிய அந்தப் படிவம் நிரப்பப்படாமல் இருந்தது, இதயத்தை அழுங்கும் உணர்ச்சியோடு அதை நான் புரட்டினேன்–தட்டச்சு செய்யப்பட்ட வாசகத்துடன் கூடிய ஒரு துண்டுத்தாள் அதனடியிலே இணைக்கப்பட்டிருந்தது. இரண்டாவது ஜெர்மன் இராணுவத்தின் ரகசிய களப் போலீஸ் தலைவரிடமிருந்து வந்த விஷேட அறிக்கையின் நகல் அது. இதோ இங்கே:

‘எண்... லூனினேத்ஸ் நகரம். 26.12.43. ரகசியம். கள போலீஸ் தலைவருக்கு, இராணுவப் பிரிவு ‘மையம்’...

‘...டிசம்பர் 21, 1943, துணைப் போலீஸ் பிரிவைச் சேர்ந்த யெஃபீம் தித்கோவ், இரண்டு மணிநேரக் கண்காணிப்பிற்குப் பிறகு, இரயில் பாதையை ஒட்டிய நமது 23ஆவது இராணுவப் பிரிவின் தடை செய்யப்பட்ட பகுதியில், பனியில் படுத்துக் கொண்டு கலின்கோவிச்சி கிலீன்ஸ்க் பிரிவில் இராணுவ இரயில் வண்டிகளின் நடமாட்டத்தைக் கவனித்துக் கொண்டிருந்த 10 அல்லது 12 வயது மதிக்கத்தக்க ஒரு ருஷ்யப் பள்ளி மாணவனைக் கண்டுபிடித்து நிறுத்தி வைத்தார்.

இன்னாரென்று தெரியாது தடுத்து நிறுத்தப்பட்டவன் (மரீயா சியோமினாவிடம் நகரின் உள்ளூர்வாசியான அவன் தனது பெயரை ‘இவான்’ எனக் குறிப்பிட்டது பின்னர் உறுதி செய்யப்பட்டது) தித்கோவின் கையைக் கடித்து கடுமையான எதிர்ப்பைக் காட்டினான். அந்நேரத்தில் அங்கே இருக்கும்படி நேரிட்ட லான்ஸ் கார்ப்போரல் வீன்த்ஸ் உதவியுடன், களப் போலீசாரிடம் அவன் அழைத்துச் செல்லப்பட்டான்.’

'அநேக பகலையும் இரவையும் 23ஆவது படைப் பிரிவின் பகுதியிலேயே 'இவான்' செலவிட்டிருக்கிறான் என்பது உறுதி செய்யப்பட்டது... பிச்சை கேட்டுப் போயிருக்கிறான்... கைவிடப் பட்ட சூட்டடிப்பு களஞ்சியத்திலும், குடில்களிலும் தூங்கி இருக் கிறான். அவனது விரல்களும், கால் விரல்களும் பனிக் கடுப் பினால் தாக்கப்பட்டிருந்தன, குறிப்பாக எறிகுண்டால் பாதிக்கப் பட்டிருந்தன...'

'தேடிப் பார்த்ததன் பேரில், 'இவான்' தனது பைகளில் ஒரு கைக்குட்டையும் 110 (நூற்றுப் பத்து) மார்க்குகள் வைத்திருந்தது கண்டுபிடிக்கப்பட்டன. கொரில்லாக்களோடு தொடர்பு கொண் டிருந்ததையோ, உளவுப் பணியில் ஈடுபட்டதையோ காட்டக்கூடிய எந்தவிதமான சான்றாதாரங்கள் காணப்படவில்லை... அங்க அடையாளங்கள்: முதுகெலும்பின் மையத்தில் ஒரு பெரிய பிறப்புக் குறியும், இடது தோள்பட்டையில் ஒரு பெரிய தழும்பும் – குண்டுக் காயத்தால் ஏற்பட்டது...'

முழுமையாகவும், கண்டிப்புடனும் நான்கு பகலும் இரவும் மேஜர் பொன் பீஸ்ஸிங், ஜூனியர் லெப்டினன்ட் கிளாம்ட் மற்றும் சார்ஜெண்ட் மேஜர் ஷ்தாமெர் ஆகியோரால் விசாரணை செய்யப்பட்டபொழுது, தடைசெய்யப்பட்ட பகுதியில் அவன் என்ன காரணங்களுக்காக இருந்தான் என்பதையும், 23ஆவது படைப்பிரிவின் பகுதிகளில் இருந்ததையும் அடையாளம் காட்டக் கூடிய அல்லது உறுதிசெய்யக் கூடிய எந்தச் சான்றுகளையும் 'இவான்' தரவில்லை. விசாரணையின்போது அவன் எதிர்ப்புக் காட்டுகிற முறையில் நடந்து கொண்டான், ஜெர்மன் இராணுவம் மற்றும் ஜெர்மானியப் பேரரசு இவற்றிற்கு எதிரான தனது வெறுப்பை அவன் மறைக்கவில்லை.

தலைமை சுப்ரீம் கமாண்டரின், நவம்பர் 11, 1942ஆம் தேதிய கட்டளைப்படி தடுத்து நிறுத்தப்பட்டவன் 25.12.43 காலை 6.55 மணிக்குச் சுட்டுக் கொல்லப்பட்டான்.

"...நேர்பயனாக... 100 (ஒரு நூறு) மார்க்குகள் தித்கோவிற்கு, இணைக்கப்பட்ட ரசீதுப்படி..."

*அக்டோபர்–டிசம்பர் 1957*

●